எஸ். பொன்னுத்துரை

முஸ்லிம்களுடனான உறவும் ஊடாட்டமும்

கலாபூஷணம் ஏ.பீர் முகம்மது
B.A.PGDE.Dip in Edu.mgt. Dip in Psychology

Pages
BOOKHOUSE

வெளியீட்டெண் - 03

எஸ். பொன்னுத்துரை
முஸ்லிம்களுடனான உறவும் ஊடாட்டமும்

- ஆசிரியர்: கலாபூஷணம் ஏ.பீர் முகம்மது
- முதற் பதிப்பு: நவம்பர் 2021.
- பதிப்புரிமை: ஆசிரியருக்கு.
- தட்டச்சு: ஸ்டார்.கொம்
- தளக்கோலம், அட்டை வடிவமைப்பு: அஸார் வஸீர்
- ச.த.நூல் இல: 978-624-6047-01-6
- விலை: 350.00
- வெளியீடு: பேஜஸ் புத்தக இல்லம்
  117, பட்டினப் பள்ளி வீதி, அக்கரைப்பற்று-02
- அச்சகம்: நியூ செலக்ஷன் அச்சகம், அக்கரைப்பற்று

S.Ponnuthurai: Muslimkaludanana Uravum Oodattamum

- Author: Kalabooshanam A.Peer Mohamed
- First Edition: November 2021
- Copy Rights: Author.
- Type setting: Star.com
- Layout & Cover design: Azar Wazeer
- ISBN: 978-624-6047-01-6
- Price: 350.00
- Published by: Pages Book House,
  117, Town Mosque Road, Akkaraipattu-02
- Printers: New Selection Offset Printers, Akkaraipattu

சமர்ப்பணம்

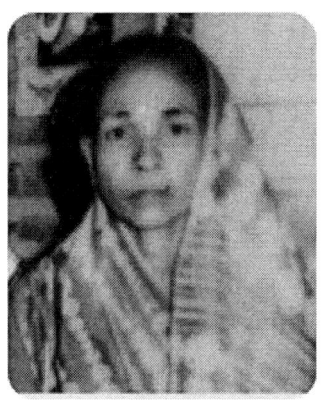

'சேவல்பாட்டு' மூலம் என்னைத் தாலாட்டியவர் 'நல்லதங்காள் கதை'யை சின்ன வயதிலேயே அறிமுகம் செய்தவர். எனது தாய் **அசனார் உதுமானாச்சி.** அவருக்கு இந்நூல்.

அத்தியாய அணிவகுப்பு

	என்னீடு	07
	முன்னீடு	10
	பதிப்புரை	13
1.	பிறப்பும் திறப்பும்	15
2.	வழியும் மொழியும்	20
3.	மலையும் பனையும்	25
4.	படிப்பும் நடிப்பும்	31
5.	இருப்பும் ஒளிப்பும்	38
6.	பொலிவும் பொழிவும்	44
7.	அயலும் புயலும்	51
8.	உலாவும் விழாவும்	57
9.	பறப்பும் கறுப்பும்	60
10.	விழைந்ததும் விளைந்ததும்	64
11.	விதியும் கதியும்	66
12.	மனமும் மணமும்	73
13.	பிறையும் நிறையும்	83
14.	சுவையும் சூடும்	91
15.	களிப்பும் கழிப்பும்	100
16.	கட்சியும் காட்சியும்	113
17.	உறைப்பும் முடிப்பும்	126

என்னீடு

எஸ். பொன்னுத்துரை என்ற கியாதி பெற்ற ஒரு எழுத்தாளனின் வாழ்வியலில் பேசப்படாத பக்கமொன்றை வெளிச்சம் போட்டுக் காட்டும் எத்தனமே இந்நூல். எல்லோரும் கண்ட அவரின் எழுத்து வல்லபங்களுக்கு அப்பால் இது வேறுபட்ட முயற்சி.

எஸ்.பொ நம்மிடையே இல்லை. ஆனாலும் இனங்களுக்கிடையே விசுவாசமும் ஒற்றுமையும் வேண்டிய இன்றைய நெருக்குவாரங்களுக்குள் அவரின் வாழ்வு நமக்கெல்லாம் முன்னோடியானது.

மதம் என்ற கோலம்பூண்டு மாற்று மதத்தினரை துடக்கு மனப்பான்மையோடு பார்த்த 'இலக்கியதாரிகளுக்கு' மத்தியில் மனித நேயமே என் மதம் என்று கோசம் போட்டு எஸ்.பொ குரல் எழுப்பினார். பிரதேசவாதம் பேச முனைந்தோர் மத்தியில் கணியன் பூங்கொன்றைனாரின் பிரபல்யமான வசனத்தை மீண்டும் மீண்டும் ஒலிபரப்புச் செய்தார். அவரின் தனித்துவம் அத்தகையது. அந்தத் தனித்துவ முழுமையில் முஸ்லிம் நேசிப்பின் பெரும் பின்னமொன்றைப் பேச விழைகிறது இந்நூல்.

மகுடம் கலை இலக்கிய வட்டம் எஸ்.பொ மறைவையொட்டி மட்டக்களப்பில் ஏற்பாடு செய்த நினைவிடை தோய்தல் நிகழ்வு *06.12.2014* இல் இடம்பெற்றது. பேராசிரியர் எஸ்.யோகராசா

தலைமை தாங்கினார் 'எஸ்.பொவும் முஸ்லிம்களும்' என்ற தலைப்பில் உரையாற்ற என்னையும் சங்கை செய்து அழைத்தி ருந்தார்கள். உரையின் விரிவாக்கமே எஸ். பொன்னுத்துரை முஸ் லிம்களுடனான உறவும் ஊடாட்டமும் என்ற நூலாகக் கனிந்து உங்கள் வசம் வந்து சேர்ந்திருக்கின்றது. தலைமை தாங்கிய பேராசிரியரின் அணிந்துரை, நூலின் நுழைவாயிலில் வரவேற்று நிற்கிறது.

இந்நூலுக்கான தகவலின் பெரும் கணியத்தை வரலாற்றில் வாழ்தல், இஸ்லாமும் தமிழும் என்ற அவரது இரண்டு நூல் களிலிருந்தே பெற்றுக் கொண்டேன். இயலுமானவரை பக்கங் களைக் குறிப்பிட்டு அதனை ருசுப்படுத்தியுள்ளேன். அவரது வீட்டில் வேலை செய்த இஸ்மாயில் என்ற உதவியாளர் போன்ற ஒரு சில விடயங்கள் தவிர, ஏனைய அனைத்து விடயங்களையும் எனது சக்திக்கு உட்பட்டு சேர்த்துள்ளேன்.

எஸ்.பொன்னுத்துரை அவர்களுடன் நெருங்கிய பிணைப்பில் இருந்த முஸ்லிம்களில் சிலரை மட்டுமே நூலுக்குள் கொண்டு வர முடிந்துள்ளது துர்லபம். பலரைக் கழற்றி விட்டது பக்கங்களே தவிர நூலின் பலவீனம் அல்ல. எதிர்காலத்தில் இதுபோன்ற சரிவுகள் நேர் செய்யப்படலாம்.

மேலும் சென்ற நூற்றாண்டின் அறுபது எழுபதுகளில் எஸ்.பொ வின் பிரம்மாண்டத்தை இல்லாதொழித்துவிட அக்கால 'இலக் கிய சமாஜம்' முயன்றது. எஸ்.பொவுக்கு ஒத்தாசை வழங்கிய ஒரே காரணத்துக்காக எம்.ஏ. ரஹ்மானின் இலக்கிய முன்னெடுப்பு களும் இளம்பிறை சஞ்சிகையின் சடைத்தெழுந்த பங்களிப்பும் அந்த சமாஜத்தால் திட்டமிட்டுப் புறக்கணிக்கப்பட்டன. அதனை இந்நூல் அத்தாட்சிப்படுத்துகின்றது. அத்தகைய புறக்கணிப்பு களுக்கான நிவாரணம் என்ன? புதிதான கருத்துகள் எழுதிப் பீய்ச்சி எழுந்து வரவேண்டும் என்பது எதிர்பார்ப்பு.

இன, மத முரண்பாடு களைந்து நல்லிணக்கம் துளிர்த்திட வேண்டுமென்ற சீர்மையான நோக்கமே எம்மிடம் இருந்தது. அது தவிர வேறொன்றும் இல்லை. எஸ்.பொவின் வாழ்வும்

எழுத்தும் எல்லோருக்குமானது.

நூல் வெளியீடு செய்து உதவிய பேஜஸ் புத்தக இல்லத்தினருக்கு நன்றிகள். அவ்வாறே அச்சகத்தினருக்கும் நூல் வெளிவர உதவி யோருக்கும் நன்றிகள்.

வாசகர்களினதும் திறன்நோக்காளர்களினதும் கருத்துகளுக்காக காத்துக் கிடக்கிறது 'எஸ். பொன்னுத்துரை முஸ்லிம்களுடனான உறவும் ஊடாட்டமும்' என்ற இந்நூல்.

ஏ.பீர் முகம்மது
510, ஆஸ்பத்திரி வீதி,
சாய்ந்தமருது.
ஸ்ரீ லங்கா -
28.10.2021

T.P : +94 67 2222 574 / +94 76 749 8887 / +94 71 449 8887
Email: apeermohamed@gmail.com

முன்னீடு

தமிழரும் முஸ்லிம்களும் சிறுபான்மை இனங்களாவர் என்ற அடிப்படையிலும் -குறிப்பாக அவர்கள் கிழக்கிலங்கையில் செறிந்து வாழ்பவர்கள் என்ற அடிப்படையிலும்- நீண்டகாலமாக வரலாற்றில் இரு சமூகங்களும் இணைந்து வாழ்ந்து வருகிறார்கள்.

சில ஆண்டுகளாக அவ்வுணர்வில் ஓரளவு இடைவெளிகள் ஏற்பட்டாலும், மறுபடியும் இவர்களது ஆரோக்கியமற்ற நிலைமையை மாற்றியமைத்ததில் சமூகப் பெரியார்களுக்கும் எழுத்தாளர்களுக்கும் கணிசமான பங்கு உள்ளது. இவ்வகையில் விபுலாநந்த அடிகளார் - பேராசிரியர் எம்.எம். உவைஸ் உறவும் விபுலாநந்த அடிகளார் - அறிஞர் எ.எம்.எ. அஸீஸ் உறவும் முக்கியத்துவம் வாய்ந்தவை. பேராசிரியர் சு.வித்தியானந்தனுக்கும் முஸ்லிம் சமூகத்தினருக்கும் இடையிலான உறவும் அத்தகையதே. இவை கல்வியியலாளர்களுக்கிடையிலான உறவு என்ற வகையிலாகும்.

எனினும் எஸ்.பொ இலக்கியகாரர் என்ற வகையில், முஸ்லிம் மக்களுக்கும் அவருக்குமிடையில் இருந்த நெருக்கமான உறவினை ஆதாரபூர்வமாக எடுத்துக்காட்டுகின்றார் நூலாசிரியர். இன்றைய சூழ்நிலையில் அவசியம் வேண்டப்படுகின்ற ஒருவித தேவை இந்த ஆய்வு நூலின் ஊடாக வெளிவந்திருப்பது பாராட்டப்பட வேண்டியதாகும்.

மகுடம் கலை இலக்கிய வட்டம் எஸ்.பொ மறைவையொட்டி ஏற்பாடு செய்திருந்த 'நினைவிடை தோய்தல்' நிகழ்வில் *(06.12.2014)*

இந்நூலாசிரியர் ஆற்றிய சிற்றுரையே இன்று பேருரையாக நுண்ணாய்வு முறையில் நூலாக மலர்ந்துள்ளது.

எஸ்.பொ எழுதிய சுயசரிதை நூலாகிய 'வரலாற்றில் வாழ்தல்' முக்கியமான ஆதார நூலாக இந்நூலில் பயன்பட்டுள்ளது. அவ்வப் போது எஸ்.பொ எழுதிய 'நீலாவணன் எஸ்.பொ நினைவுகள்' 'இஸ்லாமும் தமிழும்' போன்ற நூல்கள் துணைச் சான்றுகளாக பயன்படுத்தப்பட்டுள்ளன.

இந்நூல் உருவாக்க முறைமையும் வாசகர்களைப் பெருமளவு ஈர்ப்பதாக உள்ளது. 'எஸ். பொன்னுத்துரை முஸ்லிம்களுடனான உறவும் ஊடாட்டமும்' என்ற நூலின் தலைப்பு மட்டுமன்றி அத்தியாயப் பகுப்பு முறையிலும் அழகு தமிழ் துள்ளி விளையாடுகிறது. பிறப்பும் திறப்பும் தொடக்கம் உறைப்பும் முடிப்பும் வரையில் அமைந்துள்ள பதினேழு தலைப்புகளும் இந்நூலாசிரியரது ஆக்கபூர்வமான இலக்கிய நயத்திற்கு ஆதாரமாக அமைந்திருப்பது கண்கூடு. இத்தகைய 'நவீன இணைமொழிகள்' அர்த்த புஷ்டியுடனானவை என்பதற்கும் பொருத்தமானவை என்பதற்கும், பறப்பும் கறுப்பும் விதியும் கதியும் போன்ற தலைப்புகள் சிறந்த மாதிரிகள் என்பது வாசகர்களாகிய உங்களுக்கு புலப்படும் என்றே கருதுகின்றேன்.

எஸ்.பொ மீது சுமத்தப்பட்டுள்ள எழுத்துலக வசைகள் சில வற்றினை (எடுத்துக்காட்டு: ஈரா சிறுகதை) அகற்றும் பகுதிகளும் இந்நூலில் உள்ளமை குறிப்பிடத்தக்கது. தவிர, ஈழத்து விமர்சகர்கள் ஒரு சாராரினால் இருட்டடிப்புச் செய்யப்பட்ட இளம்பிறை ரஹ்மானின் இலக்கியச் செயற்பாடுகள் எஸ்.பொ ஊடாக வெளிச்சத்துக்கு வந்துள்ளன.

ஏற்கனவே 'திறன் நோக்கு' என்ற நூலின் ஊடாக தனது ஆய்வுத் திறனையும் மொழித் திறனையும் வெளிப்படுத்திய ஏ. பீர் முகம்மது அவர்கள் வித்தியாசமாக இந்நூலின் ஊடே மறுபடியும் தனது எழுத்தாற்றலை வெளிப்படுத்தி இருப்பது மனநிறைவைத் தருகின்றது.

மகுடம் ஏற்பாடு செய்திருந்த நினைவிடை தோய்தல் நிகழ்ச்சிக் குத் தலைமை தாங்கியவன் என்ற வகையில் இந்நூலின் வரவு எனக்கு களிபேருவகை ஏற்படுத்தி உள்ளது.

என் போன்றே எஸ். பொன்னுத்துரையின் எழுத்துக்களில் ஈடு பாடுள்ள -இரு சமூகங்களுக்கிடையிலான நல்லுறவில் அக்கறை யுள்ள- அனைவரும் இந்நூலினை வரவேற்று மகிழ்ச்சி அடை வார்கள் என்பதில் இருவேறு கருத்துக்கு இடமில்லை.

மீண்டும் இவரது வித்தியாசமான இன்னொரு நூலின் வரவிற் காகக் காத்திருப்போம்.

வாழ்த்துக்களுடன்

பேராசிரியர் எஸ்.யோகராசா (ஓய்வு நிலை)
கிழக்குப் பல்கலைக் கழகம்
வந்தாறுமூலை.
25.10.2021

பதிப்புரை

எஸ்.பொன்னுத்துரை ஒரு முக்கியமான எழுத்தாளுமை. யாழ்ப்பாணம் நல்லூரில் பிறந்தாலும், அவர் கிழக்கு மாகாணத்தைச் சேர்ந்தவர் என்று நம்புவோரே மிக அதிகம். அந்தளவுக்கு கிழக்கு மாகாணத்தோடு பின்னிப் பிணைந்தவர்.

மட்டக்களப்பில் அவர் மையம் கொண்டிருந்த காலத்தில், இங்குள்ள எழுத்தாளர்களுக்கும் அவருக்குமிடையே நெருங்கிய உறவு இருந்தது. பல எழுத்தாளர்களுக்கு ஆதர்சமாக அமைந்தார்.

எஸ்.பொ முற்போக்கு முகா முடனும், முற்போக்கு எழுத்தாளர் சங்கத்துடனும் கருத்து ரீதியாக போர் தொடுத்தவர். அதனை மறுதலித்து நற்போக்கு இலக்கியம் என்று எதிர்வாதம் புரிந்து அதிக கவனம் பெற்றவர்.

எஸ்.பொ. வுக்கும் இளம்பிறை ரஹ்மானுக்கும் இடையில் மலர்ந்த இலக்கிய உறவு சிலாகித்துச் சொல்லத்தக்கது. அந்த உறவு, இலங்கைத் தமிழ் இலக்கிய வரலாற்றில் இன்னொரு வகையான தடத்தைப் பதித்தது.

இப்படிப்பட்ட ஒரு இலக்கிய ஆளுமைக்கும், முஸ்லிம் சமூகத்தின் எழுத்தாளர்கள் மற்றும் அரசியல்வாதிகளுக்கும் இடையிலான நட்புறவின் வெவ்வேறு பரிமாணங்களை இந்த நூல் மிகச் சிறப்பாக முன்வைக்கிறது.

எஸ்.பொ. நீண்ட காலம் ஆசிரியராக இருந்தவர். அதன் மூலம் ஏராளமான மாணவர்களின் உள்ளத்தைக் கொள்ளை கொண்டவர். அது பற்றியும் இந்நூல் அழகுற விளக்குகிறது.

'எஸ்.பொன்னுத்துரை: முஸ்லிம்களுடனான உறவும் ஊடாட்டமும்' என்ற இந்நூல், எஸ்.பொ.வுடன் தொடர்புபட்ட அத்தனை முஸ்லிம் உறவினதும் ஊடாட்டத்தினதும் வரலாற்றுப் பதிவாக அமைந்துள்ளது. அந்த வகையில் நூலாசிரியர் ஏ.பீர் முகம்மது அவர்கள், இந்நூலை சிறப்பாகவும் கச்சிதமாகவும் எழுதியுள்ளார்.

நூலின் உள்ளடக்கம் நூலாசிரியரின் கருத்தின் பாற்பட்டதே. இதில் அவர் எடுத்தாளும் விடயங்கள், அரிய வரலாற்றுப் பதிவாகவும் பொது வாசகர்களை ஈர்க்கும் விதமாகவும் அமைந்துள்ளது.

ஏ.பீர் முகம்மது அவர்கள் எழுதிய இந்நூலை வெளியிடுவதில் பேஜஸ் புத்தக இல்லம் மிகவும் மகிழ்ச்சி கொள்கிறது.

நூலாசிரியருக்கு எமது நன்றியும் வாழ்த்துக்களும்.

சிராஜ் மஷ்ஹூர்
நிறைவேற்றுப் பணிப்பாளர்.
பேஜஸ் புத்தக இல்லம்.
30.10.2021

அத்தியாயம் 1

பிறப்பும் திறப்பும்

இலங்கையின் வடபுலத்தே வரலாற்றுப் பெருமையும் கீர்த்தி யும் கொண்ட நெடுநிலமாக யாழ்ப்பாணம் திகழ்கின்ற அதே நேரம் அந்த மண்ணுக்கே உரித்தான கடின உழைப்பு, அறிவுத் தேடல், கலாசாரப் பண்பாடு என்பவற்றின் குறியீடாக நல்லூர் அடையாளம் பெறுகிறது. இராஜதானியாகவும் வரலாற்றில் பேசப் பட்டது. உலகமெல்லாம் புகழ் பரப்பி நிற்கும் கந்தசாமி கோயில் இங்குதான் தலைநிமிர்ந்து நிற்கிறது.

பதினெட்டாம் நூற்றாண்டிலே சின்னத்தம்பிப் புலவரும் பத் தொன்பதாம் நூற்றாண்டிலே ஆறுமுக நாவலரும் நல்லூரில் பிறந்த வர்கள். இருபதாம் நூற்றாண்டிலே அதே நல்லூரில் எஸ்.பொன் னுத்துரை 24.05.1932 இல் வந்து பிறந்தார். அவரே இந்த நூலின் மையப் பாத்திரம் ஆகும்.

எஸ்.பொ என்றே பலராலும் அறியப்பட்ட எஸ்.பொன்னுத் துரை தமிழ் இலக்கிய உலகில் தனக்கொரு தனியிடத்தைத் தேர்ந்து பிசகின்றித் தமிழ் ஊழியம் செய்தவர். சிறுகதை, புதினம், உருவகக் கதை, நாடகம், நனவிடை தோய்தல், திறன்நோக்கு, அரசியல், வரலாறு என்று தமிழின் எல்லாத் துறைகளிலும் தன்னை விதைத்தவர். பதின்மூன்று ஆபிரிக்க நாவல்களை நமது வாசிப் பிற்குத் தந்தவர்.

இலங்கையில் அறுபதுகளில் மேற்கிளம்பிய துடக்கு மனப் பான்மையும் புத்திஜீவித சர்வாதிகாரமும் கொண்ட முற்போக்கு

இலக்கியவாதிகள் அவரைச் சிலுவையில் அறைய முயற்சித்தனர். முடியவில்லை. முடிந்திருந்தாலும் எஸ்.பொவை உயிர்த்தெழ வைக்கும் வல்லமை அவரின் எழுத்துக்களுக்கு உண்டு என்பதையும் அவர்கள் வசதியாகவே மறந்திருந்தனர். அவரது தமிழ் இலக்கிய வரலாற்று வாழுகையை எவராலும் இல்லாமல் செய்ய முடியவில்லை.

முஸ்லிம் நேசிப்பு

எஸ்.பொன்னுத்துரையின் முஸ்லிம் நேசிப்பு முளைவிட்டு ஆலவிருட்சமாக வளர்வதற்கு, பெற்ற உயர்கல்வியும் அவர் கண்ட பாடசாலைச் சமூகமும் மட்டக்களப்புச் சூழலும் கம்பளை வாழ்க்கையும் இளம்பிறை எம்.ஏ. ரஹ்மானின் தொடர்பும் காரணிகளாக அமைந்திருந்தன.

யாழ்ப்பாணம் புனித சம்பத்திரிசியார் கல்லூரியில் மூன்றாம் வகுப்பு படிக்கின்ற காலத்திலே *(1941)* பொன்னுத்துரையுடன் மூன்று மாணவர்கள் தோழமையோடு நெருங்கிப் பழகினர். ஒருவர் முஸ்லிம். பெயர் ரஹீம். இன்னொருவர் சோமபால. சிங்கள மாணவன். மூன்றாமவர் பத்தலேமியூ. பறங்கி இனம். எஸ். பொவின் இனங்களுக்கிடையிலான நல்லுறவு இங்குதான் மனை கோலியது.

''மன்னாரிலிருந்து வந்த ரஹீமும் அநுராதபுரத்து சோமபாலவும் என்கூடப் படிச்சவங்கள். இந்து போடிங்கில் தங்கியிருந்த அவன்கள் என்ரை நல்ல கூட்டாளியள். சோமபாலா சித்திரங்கள் கீறுறதிலை வலு விண்ணன். ஃபிஸ்ரோய் பத்தலமியூவையும் மறக்க மாட்டன். அவன் பறங்கிப் பொடியன். பால்வெள்ளை''[(1)] என்று பொன்னுத்துரை நனவிடை தோய்கிறார். ''சிங்களவர், தமிழர், முஸ்லிம், பறங்கியர் வாழும் நாடெங்கள் நாடு'' என்று பாலர் வகுப்பிலே நாங்கள் மனப்பாடம் செய்ததை நினைவூட்டி எம்மையும் நனவிடை தோய வைக்கிறார்.

எம்.எஸ்.ஏ. ரஹீம் பிற்காலத்தில் பலாலி மற்றும் அட்டாளைச்சேனை ஆசிரிய பயிற்சிக் கலாசாலைகளில் ஆங்கில விரிவுரையாளராகக் கடமை பார்த்தவர். வகுப்புத் தோழனாக இருந்த

அவரை முப்பது வருடங்களுக்குப் பிறகு ரயில் பயணமொன்றில் சந்தித்து மகிழ்ந்ததாக எஸ்.பொ. குறிப்பிட்டுள்ளார்.[2]

எஸ்.பொ மனிதநேயக் கோலம் புனைந்து வாழ்வு சுவைத்தவர். அவர் விசுவாசித்த இன நல்லிணக்கத்தின் உயிரிழையில் முஸ்லிம்களும் இருந்தனர். தொடக்கப் புள்ளி மன்னார் ரஹீம். நல்ல கைமுழுத்தம்.

எஸ்.பொவின் 'முஸ்லிம் நட்புகள்' சிலது வந்து போனதும் உண்டு. பழம் உண்டு பழகிய பின்னர் பதவிச் சுகம் தேடி மாற்று முகாமுக்குப் பறந்துபோய் அங்கிருந்து இங்கே மண்ணள்ளி வீசியதும் உண்டு. ஆனால் அரை நூற்றாண்டுக்கும் மேலாக அப்பழுக்கற்ற நட்பு பூண்டு எஸ்.பொவுடன் தொடர்பிலிருந்தவராக இளம்பிறை எம்.ஏ.ரஹ்மானைக் கருதலாம். பொன்னுவின் மரணபரியந்தம்வரை அவருடனான நட்பு நீண்டு கிடந்தது.

'தாய்வீடு' என்ற இதழ் (2015 ஜனவரி) ரஹ்மானைப் பேட்டி கண்டு பிரசுரித்த எழுத்தாவணத்தில் தமிழ் இலக்கிய உலகில் நீங்கள் இருவரும் கால்மார்க்சும், 'ஏங்கல்சுமாகப் பார்க்கப்படுகிறதே?' என்று கடைசியாக ஒரு கேள்வி கிடக்கிறது.

"நிச்சயமாக அவர் கால்மார்க்ஸ்தான். நான் ஏங்கல்ஸ் அல்ல" என்று தன்னடக்கத்துடன் பதில் தந்துள்ளார் ரஹ்மான்.

எஸ்.பொ வாழ்வியலின் முஸ்லிம் காண்டம் பற்றிப் பேசும் இந்நூலில் ரஹ்மான் பல இடங்களில் வந்து போகிறார். விரிவஞ்சி இங்கு விடுதல் தகும்.

எஸ்.பொன்னுத்துரை முஸ்லிம்களோடு நெருங்கிப் பழகிய அதேநேரம் இஸ்லாமியர்களின் வாழ்வுமுறைக் கோட்பாடுகள் சிலவற்றைப் பின்பற்றவும் விரும்பினார் என்பதை நிறுவுதல் கடினமல்ல.

பல சந்தர்ப்பங்களில் அவர் தன்னை நாத்திகவாதியாகவே பிரசித்தம் செய்தவர். ஆனாலும் இஸ்லாமும் தமிழும் என்ற நூலை அவர் எழுத ஆரம்பித்தபோது "அந்த இணை துணையற்ற ஏகனை நெஞ்சிலே நிறுத்தி இந்த எழுத்துப் பணியிலே என் பேனாவை ஊன்றுகின்றேன்"[3] எனக் குறிப்பிட்டுள்ளார்.

"சில உணவு வகைகளை நான் சாப்பிடுவதில்லை. பன்றி இறைச்சி ஹராமானது என்று நம்பிப் பயில்பவன் நான். பன்றி இறைச்சி சாப்பிடுபவர்களுடன் நான் ஒரே மேசையில் அமர்ந்து சாப்பிடவும் மாட்டேன்'' என்று எஸ்.பொ. அவருக்கே உரித்தான எழுத்து நடையில் பதிவு செய்திருக்கிறார்.[4]

இஸ்லாமிய வாழ்வுமுறையின் பின்னமொன்றைப் பேணிய வராக அவர் இருந்தார் என்பதை வெளிப்படையாகப் பேசும் துலாம்பரமான சாட்சியங்களாக இக்கூற்றுகள் அமைந்துள்ளன.

இந்தியாவில் தனது பட்டப்படிப்பை மேற்கொண்டிருந்த எஸ். பொன்னுத்துரை தனது ஆய்வுக்கு 'முஸ்லிம் இந்தியா' என்பதைத் தலைப்பாகத் தேர்ந்தெடுத்தார். அதன்மூலம் முஸ்லிம்களின் உண்மை வரலாற்றை நன்கு தெரிந்து கொண்டார்.

"நான் ஆயிரத்திற்கும் அதிகமான இஸ்லாமிய நூல்களைக் கற்றுள்ளேன். அறபுமொழியின் இயல்புகள் பற்றியும் அறபுத்தமிழ் வளர்ச்சி பற்றியும் ஓரளவுக்கு ஆராய்ச்சியும் செய்துள்ளேன்''[5] என்ற கூற்று அவரின் பேனா தந்த சாட்சியமாகும். இதனை 1975 இல் சொல்லி இருக்கிறார். ஆயின் மரணிக்கும்வரை இடைப் பட்ட நாற்பது வருடங்களில் இஸ்லாம் தொடர்பில் எத்தனை உள்ளீடுகளை தனக்குள் பதிவிறக்கம் செய்திருப்பார் என்பதைக் கற்பனை செய்து பார்க்கலாம். பதப் பருக்கைகளையே மேலே கண்டோம்.

இலங்கை, இந்தியா, நைஜீரியா போன்ற நாடுகளில் வாழ்ந்த தமிழ் இலக்கியத் தூதுவன் எஸ். பொன்னுத்துரையின் இறுதி மூச்சு அவுஸ்திரேலியாவிலே 2014 நவம்பர் 26 இல் அடங்கி விட்டது.

அவர் எம்மை விட்டுப் பிரிந்தாலும் அவரது தமிழ் ஊழியத்தின் எச்சங்கள் இன்னமும் நம்மிடையே உள்ளன. அவற்றிலிருந்து பாலில் நெய்யாக மறைந்திருக்கும் பல விடயங்கள் வெளிக் கொண்டு வரப்படுதல் சேமமானது.

எனவேதான் முஸ்லிம் நேசிப்பு அப்பிக் கிடக்கும் அவரது வாழ்வியல் இயக்கத்தைப் படம் பிடிக்கும் எத்தனமாக இந்நூல்

வெளிவருகின்றது. இதன் ஒவ்வொரு பக்கமும் எஸ். பொன்னுத் துரை முஸ்லிம்களின் விசுவாச மித்திரன் என்பதை ஓங்கிக் குரல் கொடுக்கிறது. அவர் விழைந்ததே விளைந்தது.

அடிக்குறிப்பு

1 எஸ்.பொ. நனவிடை தோய்தல். பக் 123
2 எஸ்.பொ. இஸ்லாமும் தமிழும் பக்127
3 மேற்படி பக் 7
4 மேற்படி பக் 53
5 மேற்படி பக் 60

அத்தியாயம் 2

வழியும் மொழியும்

எஸ்.பொன்னுத்துரை முஸ்லிம்களுடன் கொண்டிருந்த தொடர்பினை எண்பிக்கும் ஆவணங்களில் அவர் எழுதிய 'இஸ்லாமும் தமிழும்' என்னும் நூல் மிக முக்கியமானதாகும்.

கொழும்பு ஸாஹிரா கல்லூரியில் 26.07.1975 ஆம் நாளன்று இஸ்லாமியர் எழுச்சி மகாநாடு நடைபெற்றது. இந்நிகழ்வில் கலந்து கொண்ட அன்றைய கல்வி அமைச்சர் அல்ஹாஜ் டாக்டர் பதியுத்தீன் மகுமூத் அவர்கள் 'இஸ்லாமும் தமிழும்' என்ற நூலினை அங்கு வெளியிட்டு வைத்தார். இஸ்லாமிய வாலிபர் இயக்கத்தினால் அச்சிடப்பட்ட மேற்படி நூல் அக்டோபர் 2002 இல் தமிழ்நாடு மித்ர பதிப்பகத்தினால் மீள்பிரசுரம் கண்டது.

இந்நூல் எழுந்த வரலாறு மிகவும் சுவாரஸ்யமானது.

எச்.எம்.பி. முஹிதீன் என்று பரவலாக அறியப்பட்ட ஹசன் முகம்மது பக்கீர் பிரபல எழுத்தாளர். அவர்பற்றி இங்கு பேச வேண்டிய தேவை எழுந்துள்ளது.

எச்.எம்.பி முஹிதீன் சிறிமாவோ பண்டாரநாயக்காவின் ஆட்சிக் காலத்தில் எழுபதுகளிலும் எழுபத்தொன்றின் ஆரம்பத்திலும் மிகுந்த அரசியல் செல்வாக்குடையவராக திகழ்ந்தவர். அக்காலத்தில் இலங்கை வானொலி ஆலோசனைச் சபையிலும் பணி யாற்றினார். இந்திய சஞ்சிகைகள் மீதும் தென்னிந்திய சினிமாப் படங்கள் மீதும் இறக்குமதித் தடை விதிக்கப்பட வேண்டுமென்று

அரசாங்கத்துக்கு சிபார்சு செய்தவர் இவரே. ஆனால் இந்தியா விலிருந்து இலங்கை வந்து குடியேறிய முஸ்லிம்களின் இரண்டாவது தலைமுறையில் பிறந்தவரே எச்.எம்.பி. முஹிதீன் என்பதை பலர் அறியார்.

எழுபதுகளின் ஆரம்பத்தில் முஸ்லிம் அரசியல்வாதிகள் சிலர் அரசியல் மற்றும் வணிக ஆதாயங்களுக்காக இலங்கை முஸ்லிம்களை இரண்டாகப் பிரித்து இந்திய முஸ்லிம்கள், பரம்பரை முஸ்லிம்கள் என்ற வேறுபாட்டை உருவாக்கும் எத்தனத்தில் ஈடுபட்டிருந்தனர். இதன் பின்னணியில் இருந்தவர்களில் எச்.எம்.பி. முஹிதீன் முக்கியமானவர்.

கொழும்பு ஸாஹிரா கல்லூரியில் அதிபராக இருந்த ஏ.எம்.ஏ. அஸீஸ் அவர்களுடைய மாணவனாக இருந்தவர் எச்.எம்.பி. 1973 இன் இறுதிப் பகுதியில் அதிபர் அஸீஸ் மரணித்தபோது அவர் பற்றிய நினைவுகளை தினகரன் பத்திரிகையில் தொடர் கட்டுரையாக எழுதினார். அதனைத் தொகுத்து சில திருத்தங்களுடன் 'அறிஞர் அஸீஸ் சில நினைவுகள்' என்ற நூலினை 1974இல் வெளியிட்டார்.

இந்தப் புள்ளியில் இருந்துதான் எஸ்.பொன்னுத்துரை எழுதிய 'இஸ்லாமும் தமிழும்' என்ற நூலின் ரிஷிமூலம் ஆரம்பமாகின்றது.

எச்.எம்.பி எழுதிய மேற்படி நூலுக்கு பலரும் திறன் நோக்குக் கட்டுரைகள் எழுதினர். அவ்வாறான கட்டுரைகளை எழுதியவர்களுள் பேராசிரியர் கா. சிவத்தம்பி, எம்.எஸ்.எம். இக்பால், ஏ. இக்பால், எம்.எச்.எம். சம்ஸ் ஆகியோர் குறிப்பிடத்தக்கவர்கள். இவர்கள் நால்வரினதும் கட்டுரையை உள்ளடக்கி 'எச்.எம்.பி. யின் அறிஞர் அஸீஸ் சில நினைவுகள் நூல் விமர்சனம்' என்ற நூலை ஸ்ரீலங்கா முஸ்லிம் எழுத்தாளர் மஜ்லிஸ் என்ற அமைப்பு 1975 இல் தப்ரபேன் ஹோட்டலில் வெளியீடு செய்தது.

விமர்சனம் என்கின்ற இந்நூல் எழுபது பக்கங்களைக் கொண்டது. ஆனால் இப்பக்கங்களுள் 29 பக்கங்கள் மட்டுமே திறன் நோக்காக இருந்தது. மிகுதி 41 பக்கங்கள் முன்னுரையாகும். கட்டுரை

எழுதிய நால்வருள் கா.சிவத்தம்பியைத் தவிர்த்து ஏனைய மூவருமே இம்முன்னுரையை எழுதினர். இந்த முன்னுரையே அன்றைய காலகட்டத்தில் பெரும் பரபரப்பை ஏற்படுத்தியது. இந்நூலில் இடையிடையே விளம்பரங்களும் காணப்பட்ட படியால் இதுவொரு நூல் அல்ல சஞ்சிகையே என்று வாதிடு வோரும் உண்டு.

இந்த நூலின் முன்னுரையில் பல இடங்களில் இலக்கிய வாதிகள் பலரும் தாக்குதலுக்குள்ளாகி இருந்தனர். எஸ்.பொன்னுத் துரை, இளம்பிறை எம்.ஏ.ரஹ்மான், டொமினிக் ஜீவா, எஸ்.எம் கமால்தீன், எம்.ஏ.நுஃமான் ஆகியோர் அவ்வாறானவர்களில் சிலர். அவற்றைவிட இந்திய முஸ்லிம்களும் இந்தியாவிலிருந்து இலங்கை வந்து சங்கையான மார்க்கப் பணியில் ஈடுபட்ட பல ரும் கடத்தல்காரர்கள் எனவும் வணிகம் என்ற பெயரில் கொள் ளைக்காரர்களாகவும் இருந்தனர் என்றும் கடுந்தொனியில் இந்த முன்னுரை எழுதப்பட்டிருந்தது.

இந்தப் பீடிகையோடுதான் எஸ்.பொவின் இஸ்லாமும் தமி ழும் என்ற நூலின் தகவல்களை தரிசிக்க வேண்டியுள்ளது.

கலை இலக்கிய முயற்சிகளை முன்னிறுத்தி புத்திபூர்வமான வரலாற்று நூல் ஒன்றினை இளம்பிறை எம்.ஏ.ரஹ்மானுடன் இணைந்து 'இஸ்லாமும் தமிழும்' என்ற பெயரில் எழுத வேண்டு மென்று நீண்ட காலமாகவே எண்ணங் கொண்டிருந்தவர் எஸ்.பொ. சந்தர்ப்பவசமாக நூல் விமர்சனம் என்ற பெயரில் வெளி வந்த பிரசுரமொன்றுக்கு பதிலிறுக்கும் வகையிலே, அதனையே பிரதான நோக்காகக் கொண்டு இந்நூலினை எழுதியுள்ளார்.

"கடந்த முந்நூறு வருடங்களாகவே முஸ்லிம்கள் தமிழ் இலக் கிய ஈடுபாடுகளில் நிலைபெற்றிருப்பதாக நூல் விமர்சனம் என்ற வெளியீட்டின் பிரஸ்தாபித்தலுக்கு, மிகவும் விபரமாக 'இஸ்லாமும் தமிழும்' பதிலிறுக்கின்றது.

"1956இற்குப் பின்னர்தான் தமிழ் இலக்கிய எழுச்சி முஸ்லிம் களையும் இணைத்தது" என்ற முன்னுரையின் கூற்றுக்குப்

புரட்சிக் கமால், கவிஞர் அண்ணல் போன்றோர் 1956 இற்கு முன்னரே கவிதை முயற்சிகளிலும் பித்தன் ஷா கதைத் துறையிலும் பாரிய பங்களிப்புச் செய்தவர்கள் என்று எஸ்.பொவின் நிறுவல் இந் நூலில் இடம்பெற்றுள்ளது.

பேராசிரியர்களான எம்.எம். உவைஸ் மற்றும் சு.வித்தியானந்தன் ஆகியோரே இஸ்லாமிய இலக்கியம் இருக்கிறது என்ற உண்மையை தெரியத் தந்தவர்கள் என்ற கூற்றுக்கும் இந்நூலில் தக்க பதிலடி கொடுத்துள்ளார். தமிழறிஞர் ந.சி. கந்தையாபிள்ளை 1952ஆம் ஆண்டில் 'தமிழ் இலக்கிய அகராதி' ஒன்றினை வெளியிட்டுள்ளார். அதில் 95 முஸ்லிம் இலக்கிய நூல்களின் பெயர்களும் உள்ளன என்று அந்தப் பதிலில் தெரிவித்துள்ளார்.

அல்குர்ஆன் தமிழிலே தர்ஜூமா செய்யப்பட்ட வரலாறு நூலில் விரிவாகச் சொல்லப்பட்டுள்ளது.

'ஆலிமுல் அரூஸ்' என அழைக்கப்பட்ட மாப்பிள்ளைலெப்பை ஆலிம் அவர்களே சன்மார்க்கக் கல்வி இலங்கையில் முளைவிடுவதற்கு முழுவதுமான காரணியாக இருந்தவர். அவர்பற்றி நூல் விமர்சனத்தில் அவதூறாக எழுதப்பட்டுள்ளது. இலங்கையில் சுமார் முந்நூறுக்கு மேற்பட்ட தைக்காக்களும் மத்ரசாக்களும் தோன்றுவதற்கு காரணமானவர் மாப்பிள்ளை லெப்பை ஆலிம் என்பதையும் அவர் பற்றிய இன்னும் பல அரிய தகவல்களையும் 'இஸ்லாமும் தமிழும்' என்ற இந்நூல் தெளிவுறச் சொல்லியுள்ளது.

இலங்கை முஸ்லிம்களின் முழுமையான வரலாற்றினை நூலாக எழுதத் தேவையான தகவல்களை எதிர்கால மாணவர்களுக்கென்று குறிப்பிட்டு எழுதியுள்ளார்.

முஸ்லிம்கள் தமிழுக்கு ஆற்றிய தொண்டின் ஒரு பகுதியை சான்றாதாரங்களுடன் விளங்கவும் இந்நூல் துணைபுரியும். கீழக்கரை, காயல்பட்டணம் போன்ற தமிழக ஊர்கள் சிலவற்றின் பெருமைகளும் பேசப்பட்டுள்ளன. இலங்கையில் இந்திய முஸ்லிம்கள் கடைப்பிடித்த வியாபார நெறிகளும் அவர்களால் நிறுவப்பட்ட பள்ளிவாசல்களும் பெரும்பான்மை மக்களிடையே சிறு

பான்மை முஸ்லிம்களுக்கு மதிப்புடன் வாழ எவ்வாறு உதவின என்பதையும் பளிச்சென்று இந்நூல் விபரித்துள்ளது.

எஸ்.பொ - எம்.ஏ.ரஹ்மான் உறவு, அரசு வெளியீடு, இளம்பிறை சஞ்சிகை போன்ற பல்வேறு விடயங்களிலான அரிய தகவல்களும் இந்நூலில் இடம் பிடித்துள்ளன.

'இஸ்லாமும் தமிழும்' என்ற இந்நூல்பற்றி எஸ்.பொ வரலாற்றில் வாழ்தல் என்ற தனது சுயவரலாற்று நூலில் ஒரு அத்தியாயமே எழுதியுள்ளார். அதில் "இந்த இஸ்லாமும் தமிழும் நூலை எழுதியதற்கு பெரும் தொகையான சன்மானம் வழங்கப்பட்டதாக அக்காலத்தில் எனக்கு எதிராக அவதூறுகள் பரப்பப்பட்டன. அதனை எழுதுவதற்கு நான் சன்மானம் எதுவும் வாங்கியதில்லை. உண்மை என்னவென்றால் சன்மானங்களுக்கு விலை போகாத தமிழ் எழுத்து ஓர்மத்தையே இன்றளவும் நான் பயின்று வருகின்றேன். என் எழுத்து வாழ்க்கையின் வெற்றியின் இரகசியங்களுள் ஒன்று நான் பணத்திற்கு விற்பனை போகாது வாழ்தலும்"[1] என்று முடித்திருக்கிறார். முஸ்லிம் மக்கள் மட்டுமல்ல தமிழர்களும் தேடிப்பிடித்து வாசிக்க வேண்டியது 'இஸ்லாமும் தமிழும்' என்ற நூலாகும்.

அடிக்குறிப்பு

1 எஸ்.பொ வரலாற்றில் வாழ்தல் பக் 1266

அத்தியாயம் 3

மலையும் பனையும்

எஸ்.பொன்னுத்துரையின் வாழ்க்கையின் மிகமுக்கிய துண்டமாக கம்பளையில் அவர் கழித்த காலங்களைக் குறிப்பிடலாம். அவரது முதலாவது புலம்பெயர் வாழ்க்கை அங்குதான் ஆரம்பமானது. அக்காலத்தில் முஸ்லிம்களோடும் சிங்களவர்களோடும் நெருங்கிப் பழகும் வாய்ப்பு அவருக்குக் கிட்டியது. இன, மத பேதங்களுக்கப்பால் புதிய வாழ்க்கையொன்று கம்பளையில் அடி கோலியது.

எஸ். பொன்னுத்துரை தனது தொழிலை ஆசிரியராக ஊர் காவல்துறை புனித அந்தோனியார் கல்லூரியில் ஆரம்பித்தவர். ஆனால் தொடர்ந்தும் அப்பாடசாலையில் ஆசிரியராக இருக்க முடியாத சூழ்நிலையில் அங்கிருந்து வெளியேறினார். தென் இலங்கையில் தொழில் ஒன்றைப் பெறுதலே நிம்மதி தரும் என்று பொன்னுத் துரை நினைத்தார்.

'பல்கலைக்கழக புகுமுக வகுப்பில் சரித்திரமும் தமிழும் கற்பிக்க ஆசிரியர் தேவை' என்ற கம்பளை ஸாஹிரா கல்லூரி விளம்பரம் டெயிலி நியூஸ் பத்திரிகையில் வந்திருந்தது. விண்ணப்பித்துவிட்டு கம்பளை நோக்கி விரைகிறார். ஸாஹிரா கல்லூரியின் பட்டதாரி ஆசிரியராக 13.09.1954 இல் நியமனம்[1] பெறு கிறார். இந்நியமனம் பற்றி எப்பொழுதுமே மகிழ்ச்சி அடையும் ஒருவராக எஸ்.பொ. இருந்தார். ஊர்காவல்துறை உதறி எறிந்த போது கம்பளை கை தந்ததாகவே அவர் கருதினார்.

முகில் கூட்டங்களின் அசைவுகளிலே மனதைப் பறிகொடுத்தார். அசல் தேயிலையை அருந்திச் சுவைத்தார். பளிங்கு போன்ற நீர் வழிந்தோடிவரும் பீலிகளின் கீழ் நின்று குளிப்பின் மகிமையை மாந்தி மகிழ்ந்தார். அழகை ரசிக்கும் அற்புத மனிதனாக கம்பளையில் அவர் வாழ்ந்தார்.

''கம்பளையில் ஆசிரிய நியமனம் கிடைத்த அந்த நாளை நான் என்னுடைய பிறந்த நாளாகவே கருதி வாழ்கிறேன்'' என்று எழுத்திலே பதிவு செய்திருக்கிறார். மறக்க முடியாத கம்பளை வாழ்க்கை என்பதைத்தானே அந்தப் பதிவு பேசுகின்றது.

கம்பளை ஸாஹிரா கல்லூரி

இக்கல்லூரி உதவி நன்கொடை பெறும் பாடசாலையாகும். கம்பளையின் அகத்தே அமைந்துள்ள பணியமலை என்ற குன்றின் மேல் அமைந்திருந்தது. மேற்பகுதி ஆண்களுக்கென்றும் கீழ்ப் பகுதி பெண்களுக்கென்றும் தனித் தனியாக நிர்வாகம் ஆட்சியிலிருந்தது. உயர் வகுப்புகள் மட்டும் ஆண், பெண் கலவனாக இருந்தன.

எஸ்.பொன்னுத்துரை அவர்கள் நியமனம் பெற்று வந்தபோது கலாநிதி பதியுத்தீன் மகுமூத் அதிபராக இருந்தார். அவர் பின்வந்த காலங்களில் ஸ்ரீலங்கா சுதந்திரக் கட்சியின் இணைச் செயலாளராக இருந்ததோடு, அமைச்சரவையில் இரண்டு தடவைகள் சக்தி வாய்ந்த அமைச்சராகவும் இருந்தவர்.

மத்திய மலைநாட்டில் மட்டுமல்லாது தேசிய ரீதியிலும் போதனா மொழி, மாணவ மாணவிகளுக்கான சீருடை£ போன்ற பல்வேறு சவால்கள் நிறைந்த நிகழ்ச்சித் திட்டங்களை தைரியமாக முன்னெடுத்த முஸ்லிம் கலாபீடமாகவும் இக்கல்லூரி திகழ்ந்தது.

ஆசிரியர் குழுவிலே சிங்களவரோடு ஒரு தமிழரும் இரண்டு தமிழ் ஆசிரியைகளும் மட்டுமே இருந்தார்கள். பெண்கள் இருவரும் வடபகுதியைச் சேர்ந்த பிரசித்த நொத்தாரிசு அரியக்குட்டியின் இரண்டு புத்திரிகள். மற்றவர் மட்டக்களப்பு அரியரத்தினம்.

அவர் கீழ்ப்பிரிவு வகுப்புகளிலே தமிழ் கற்பித்தார். அக்காலத்தைய ஆங்கில போதனாமொழிப் பாவனையின் விசாலிப்பு சிங்கள மக்கள் பெரும்பான்மையாகவும் தமிழ், முஸ்லிம் மக்கள் கலந் தும் வாழும் கம்பளை போன்ற பிரதேசங்களில் இந்தவகையில் தான் ஆசிரியக் கட்டமைப்பு சம்மணம்கோரி அமர்ந்திருந்தது.

எஸ்.பொ இக்கல்லூரியில் போர்த்துக்கேயர் இலங்கையைக் கைப்பற்றிய வரலாற்றை ஆங்கில மொழியில் கற்பித்தார். பன்னி ரெண்டு பேர் கொண்ட சிறிய வகுப்பு. சொக்கலிங்கம் என்ற தமிழ் மாணவரும் இரண்டு முஸ்லிம் மாணவர்களும் அடங்கிய சிங்களப் பெரும்பான்மை கொண்ட எச்.எஸ்.சி வகுப்பு. இந்த வகுப்பு தற்போதைய க.பொ.த. உயர்தர வகுப்புக்குச் சமானமானது. ஆறாம் வகுப்பு மாணவர்களுக்கு ஆங்கில பாடமும் கற்பித்ததுண்டு.

'வரலாற்றில் வாழ்தல்' என்ற அவரது சுயவரலாற்று நூலிலே கம்பளையில் அவர் பிரயோகித்த கற்பித்தல் நுட்பப் பணிபற்றி பின்வருமாறு குறிப்பிடுகின்றார். ''நான் மிக இளவயதினனாகவும் பட்டதாரியாகவும் காட்சியளித்தது சிலருக்கேனும் பிரமிப்பைத் தந்து, விரைவிலேயே பாடம் கற்பிப்பதில் வல்லவன் என்கிற அபிப்பிராயம் மாணவர் மூலமாக ஆசிரிய வட்டாரத்தில் உலாவ லாயிற்று.''

மேற்படி கூற்று கல்லூரியில் அவர் பெற்ற கியாதியை படம் பிடித்துக் காட்டுகின்றது.

ஒன்பது மாதங்களுக்கும் குறைவான காலமே கம்பளை ஸாஹி ராவில் ஆசிரியராக உழைத்தார். தொடர்ந்து இன்னும் சில காலங்கள் அங்கே கடமையாற்றியிருந்தால் இலங்கையின் கல் விப் பணிப்பாளர்களுள் ஒருவராக எதிர்காலத்தில் வருவதற்கான வாய்ப்பு அவருக்குக் கனிந்திருக்கலாம்.

தனது எதிர்கால வசதிகளையும் வாய்ப்புகளையும் பொன்னுத் துரை துறந்து செல்வதாக அவரது இடமாற்றத்தின்போது அதிபர் பதியுத்தீன் குறிப்பிட்டு ஆதங்கப்பட்டமை இதனை ருசுப்படுத்தும்.

முஸ்லிம் உறவுகள்

ஆசிரிய நியமனம் கிடைத்த முதல்நாளே விடுதிப் பொறுப் பாசிரியரான சாலிஹ் மாஸ்டர் அறிமுகமானார். ஓமர்தீன், மௌஜூத், மொஹிதீன் ஆகியோர் பொன்னுத்துரையின் முக்கிய ஆசிரியத் தோழர்களாய் வாய்த்தார்கள். இரண்டு வாரங்கள் விடுதி யில் தங்கிய பின்னர் உணவுமுறை சரிப்பட்டு வராததால் சிங்கள கிராம சேவகர் ஒருவரின் வீட்டில் சில காலம் தங்கியிருந்து விட்டு சக ஆசிரியரான ஓமர்தீன் கூடவே தனி அறை எடுத்துத் தங்கினார். பின்னான காலங்களில் ஓமர்தீன் அட்டாளைச்சேனை ஆசிரிய பயிற்சிக் கலாசாலையின் அதிபராக உயர்ந்தவர்.

''பல்கலைக்கழக வாழ்க்கையிலும் எனக்கு பல முஸ்லிம் நண் பர்கள் வாய்த்தார்கள். ஆனாலும் இஸ்லாம் கற்பித்துள்ள சகோ தரத்துவத்தின் மேன்மைகளையும் அவர்கள் பயிலும் வாழ்க்கை முறையின் இங்கிதங்களையும் கம்பளையில் வாழ்ந்த காலத்திலே தான் என்னால் முதன்முறையாக அறிந்து அநுபவிக்க முடிந்தது. 'சகன் சாப்பாடு' என்ற விசேட விருந்து முறையையும் முதன் முதலில் கம்பளை வாழ்க்கையிலேயே அநுபவித்தேன்.''[2]

வாழ்க்கையில் விஞ்ஞானபூர்வ மாற்றத்தினையும் பரவலான அணுகுமுறைகளையும் கம்பளையில் அவர் தெரிந்து கொண்டார் என்பதை மேலுள்ள பந்தி உரத்துப் பேசுகின்றது.

பொன்னுத்துரையின் விசேட நகர்வுகள் ஒவ்வொன்றிலும் கம்பளை வாழ்க்கையின் சாயல் படிந்திருப்பதை நுணுக்கமாக அவரது வாழ்வைத் தரிசிக்கும் எவராலும் புரிந்து கொள்ள முடியும்.

சிங்கள உறவுகள்

எஸ்.பொவின் கம்பளைக் காலத்தில் முஸ்லிம்களுடன் மட்டு மல்லாது, சிங்கள உறவுகளோடு பழகும் வாய்ப்பும் அவருக்குச் சித்தித்தது. சக ஆசிரியர்களான ஹெக்டர் விஜயதுங்க, எச்.கியூ. எம்.ஜெயவர்த்தனா, இந்துசார தேரர் ஆகியோர் நட்புடன் பழகி னர். அவர்களில் ஹெக்டர் விஜயதுங்க சமாஜவாத கட்சியின்

முக்கியஸ்தர். அரசியல்வாதியாகவும் இருந்தார். டெடிகம தேர்தல் தொகுதியில் டட்லி சேனநாயகாவோடு போட்டியிட்டவர். கம்பளை நகரசபைத் தேர்தலில் அவர் போட்டியிட்டபோது அவருடைய தேர்தல் வேலைகளில் எஸ்.பொ பங்கு கொண்டு உதவி செய்தவர். அமைச்சராக உயர்ந்த ரி.பி இலங்கரத்னாவின் நட்பு ஹெக்டரின் உறவினால் பொன்னுத்துரைக்குக் கிடைத்தது. சிறந்த நடிகரும் நாவலாசிரியருமான இலங்கரத்னாவின் கம்பளை இல்லவத்துறை வீட்டுக்கு அடிக்கடி விஜயம் செய்தார். ரி.பி. இலங்கரத்னாவின் வீட்டிலிருந்துதான் தாம்பூலம் தரிக்கும் பழக்கம் பொன்னுத்துரையோடு ஒட்டிக் கொண்டது.

சிங்களப் பெண் ஆசிரியைகளும் அவரோடு நெருக்கமாகவும் அன்பாகவும் பழகினர். பெல்பொல, பெத்தியாகொட, சிகுராஜபதி ஆகியோர் அவர்களில் குறிப்பிடத் தக்கவர்கள். சனி, ஞாயிறு விடுமுறை தினங்களில் ஏனைய ஆசிரியர்களோடு சேர்ந்து ஆசிரியைகளின் வீடுகளைத் தரிசிப்பது வழக்கமாயிருந்தது. அவர்களிடையே அந்நியோன்ய நட்பு நிலவியதை அது அடையாளப் படுத்தும்.

எஸ்.பொ கற்பிக்கும் பணியில் தன்னைப் பயிற்சிக்குக் கொண்டு வந்தபோது அவரின் களம் முஸ்லிம் மண்ணாக இருந்தது என்பதையும் இன, மத பேதங்களுக்கு அப்பால் வாழ்க்கையொன்றை அவர் தொடர்ந்து பயின்றமைக்கு கம்பளை ஸாஹிரா நியமனம் அடிகோலியிருக்க வாய்ப்புண்டு என்பதையும் இங்கே நாம் விளங்கிக் கொள்ளலாம்.

கம்பளையிலிருந்து தூரப்பட்டமை அவருக்கு மகிழ்ச்சியளிக்க வில்லை. அங்கிருந்து இடமாற்றம் பெற்றமை தொடர்பில் தனது உள்ளக் கிடக்கையை பின்வருமாறு பதிவு செய்கிறார்

"என் ஊழியமும் வாழ்க்கை முறையும் வேறாக அமைதல் வேண்டும் என்று இறைவன் நியமித்தனன் போலும். நான் மட்டக்களப்பு மண்ணிலே நிரந்தர வாசியாகி என் வாழ்க்கையும் வாரிசும் அந்த மண்ணிலே வேரூன்றுதல் வேண்டும் என்ற ஊழும் என்னை விரட்டியிருக்கலாம். என் சொந்த விருப்பத்தின் பேரிலே

ஸாஹிரா கல்லூரியிலிருந்து விலகி மட்டக்களப்பு மத்திய கல்லூரியில் ஆசிரியரானேன்."[3]

கண்ணுக்குக் குளிர்ச்சி தரும் கம்பளை, அங்கு பெற்ற வாழ்வு முறை, இன மத பேதமற்ற அணுகுமுறை என்பவற்றை நெஞ்சிலே தாங்கி இன்னுமொரு இடத்துக்கு ஏகினார்.

சூழ்நிலை கருதி கண்டம் விட்டுக் கண்டம் செல்லும் பறவைகள் உண்டு. மனிதப் பறவையா அவன்?

அடிக்குறிப்பு

1. எஸ்.பொ வரலாற்றில் வாழ்தல் பக்.474

£. முஸ்லிம் பாடசாலைகளில் மாணவிகள் அணியும் பஞ்சாபி உடை முதன்முதலாக பதியுத்தீன் மகுமூத் அவர்களால் கம்பளை ஸாஹிராவிலேயே அறிமுகம் செய்யப்பட்டது.

2. எஸ்.பொ. இஸ்லாமும் தமிழும் பக். 127

3. மேற்படி பக். 129

அத்தியாயம் 4

படிப்பும் நடிப்பும்

எஸ்.பொன்னுத்துரையின் முஸ்லிம் மாணாக்கர்களுடனான தொடர்பு என்பது அகல விரிந்து ஆழ வேரோடிய ஆலவிருட்சம் நிகர்த்தது. 'அவரின் நிழல் பட்டாலே போதும் தமிழ் எம்மைத் தலை நிமிரச் செய்யும்' என்று வழி பார்த்து வகுப்பறையில் காத்திருந்து கல்வி கற்ற தமிழ் மாணவர்களோடு முஸ்லிம் மாணவர்களும் அடங்கியிருந்தனர்.

எஸ். பொன்னுத்துரை இளம் பராயத்தில் ஆசிரியராக நியமனம் பெற்றவர். தொழில் உலகில் நுழைந்து பல பாடசாலைகளில் கடமையாற்றியவர். பேர் பெற்ற ஆசிரியராக தன்னை நிலை நாட்டியவர். முஸ்லிம் கிராமங்களில் அவர் பற்றி ஆசிரியனாகவும் எழுத்தாளனாகவும் பரவலான அறிமுகம் இருந்தது.

அதனை நிறுவும் களமாக முஸ்லிம் பாடசாலைகள் உட்பட பல பாடசாலைகள் அமைந்தன. எஸ்.பொவின் பரமார்த்த சேவையின் அடையாளமாக முஸ்லிம் மாணவர்கள் பலர் தலைநிமிர்ந்தனர். படிப்பில் மட்டுமல்ல நாடகம் போன்ற நிகழ்த்து கலைகளிலும் திறமை காட்டி வளர்ந்தனர். அவர்கள் பற்றிய குறிப்புகளே எஸ்.பொவின் நினைவுகளாக இங்கு விதைக்கப்படுகின்றன.

மட்டக்களப்பு மத்திய கல்லூரி

இந்தக் கல்லூரிதான் மட்டக்களப்பில் ஆரம்பிக்கப்பட்ட முதலாவது ஆங்கிலப் பாடசாலை ஆகும். பிரித்தானியர் ஆட்சிக்

காலத்தில் 1814 இல் நிறுவப்பட்டது. கம்பளை ஸாஹிரா கல்லூரியோடு ஒப்பிடும்போது முற்றிலும் வேறுபட்ட சூழ்நிலை. இங்கு தமிழ், முஸ்லிம் மாணவர்களால் வகுப்பறை நிரம்பிக் காணப்பட்டது. ஆங்கிலம், சரித்திரம் ஆகிய பாடங்களைக் கற்பிக்கும் ஆசிரியராக எஸ்.பொன்னுத்துரை நியமனம் பெற்றார். அவரின் ஆற்றலிலிருந்து கிளைத்து வந்த பாடவிதான அம்சங் களையும் கலைத்துவ மணம் வீசும் நிகழ்ச்சி நிரல்களையும் தமிழ் மாணவர்கள் போலவே முஸ்லிம் மாணவர்களும் பலன் சுவைத்தனர்.

அக்காலத்தில் மட்டக்களப்பு மாநிலத்தில் பேர்பெற்று வாழ்ந்த முஸ்லிம் பெரியார்கள் பலர் இந்தக் கல்லூரியின் பழைய மாணவர்களே. போதிய கட்டட வசதிகள் இல்லாத நிலையிலும் தமது சமய நடவடிக்கைகளைப் பேணி வாழக்கூடிய விடுதி வசதி களை முஸ்லிம் மாணவர்களுக்கு இக்கல்லூரி அளித்தது.

எஸ்.பொ மட்டக்களப்பு மத்திய கல்லூரிக்கு 01.06.1955 இல் நியமனம் பெற்று வந்தவேளை எஸ்.வி.ஓ. சோமநாதர் அதிபராக வும் சேதுகாவலர் உப அதிபராகவும் இருந்தனர். பின்னர் எஸ். பொவின் காலத்திலேயே சோமநாதர் ஓய்வு பெற வி.ரி. ஞான சூரியம் அதிபரானார்.

புதிய அதிபரின் நிர்வாகக் காலத்தில் வருடாந்த பரிசளிப்பு விழாக்களின்போது ஆங்கில நாடகங்களோடு தமிழ் நாடகங் களும் மேடையேற்றப்படும் நடைமுறை உயிர்ப்புடன் வெளி வந்தது. தமிழ் நாடகத்தை எஸ்.பொ பொறுப்பெடுத்து மாணவர் களைப் பயிற்றுவித்தார். அந்த நாடகங்களிலே தமிழ், முஸ்லிம் மாணவர்கள் பங்கேற்றனர்.

தமிழ் மாணவர்கள் போலவே முஸ்லிம் மாணவர்களும் பங் கேற்றனர் என்று ஒரு 'சறகுக்குச்' சொல்லவில்லை. உண்மை அதுதான்.

மிகவும் பிரபலமாக மேடையேற்றம் கண்ட 'முதல் முழக்கம்' நாடகத்திலே தமிழ் மாணவர்களோடு விகாரமகாதேவியாக காலித் என்ற மாணவனும் காக்கவண்ணதீசனாக சின்னலெப்பை யும் தீத்தம்பனாக இஸ்மாயிலும் இளைய காமினியாக ஆதம்

லெப்பையும் பணியாளர்களாக நூகுலெப்பை மற்றும் யூசுப் சாஹிபு ஆகியோரும் நடித்தனர்.

'நீதிமன்றத்தில் அண்ணல் காந்தி' என்ற நாடகத்தை எஸ்.பொ மேடையேற்றினார். அதில் மகாத்மா காந்தி கைது செய்யப்பட்டு நீதிமன்றத்தில் குற்றவாளியாக நிற்கிறார். காந்தி சார்பாக வாதாடி அவருக்கு விடுதலை பெற்றுக் கொடுத்த சட்டத்தரணியாக நடித்த வர் அட்டாளைச்சேனை எஸ்.எம்.ஏ. கபூர் என்ற மாணவன். அவர் தற்போது சட்டத்தரணியாக தொழில் புரிகிறார். இந்த நாடகத்தில் எம்.சி.முகம்மது, ஏ.அப்துல் வகாப், எஸ்.சுபைர், ஏ.எல்.எம். மஃரூப், எம்.எம்.முஸ்தபா, ஏ.நஜ்முதீன் ஆகிய முஸ்லிம் மாண வர்களும் நடித்தனர்.

வரலாற்றில் வாழ்தல், இஸ்லாமும் தமிழும் ஆகிய அவரது நூல்களில் முஸ்லிம் மாணவர்கள் பலருடைய பெயரைக் குறிப் பிட்டு நினைவில் மகிழ்ந்து எழுதியிருக்கிறார். அதில் மட்டக் களப்பு மத்திய கல்லூரி மாணவர்கள் அநேகர் இடம்பெற்றுள்ளனர்.

ஒலுவில் நூகுலெப்பை என்ற மாணவனோடு சம்பந்தப்பட்ட சம்பவமொன்றை வருமாறு குறிப்பிடுகின்றார்.

"1960 ஜூலை மாதம் இடம்பெற்ற பொதுத்தேர்தலில் திரு கோணமலைத் தொகுதிக்குப் பிரச்சாரம் செய்யச் சென்றபோது எனது பாதுகாப்புக்காக மத்திய கல்லூரியில் படித்துக் கொண்டி ருந்த நூகுலெப்பை என்ற மாணவனை அழைத்துச் சென்றேன். நூகுலெப்பை என்மீது மிகுந்த பாசம் வைத்த மாணவன். முறைப் படி Martial Arts கலைகள் பயின்றவன். இதனாலும் அவனைத் துணைக்கு அழைத்துக் கொண்டு திருகோணமலை சென்றேன்."[1]

தன் இசையாலும் நடிப்பாலும் பெயர் பெற்ற காலித் என்று ஒருவரையும் யூசுப் சாஹிப் என்ற மாணவனை வாழ்நாளிலும் மறக்கமாட்டேன் என்று வேறொருவரையும் ஒலுவில் அகமது லெப்பை மற்றும் உதுமாலெப்பை என வேறு சிலரையும் -இவ்வாறு மாணவர்களைப் பற்றி அவரது சுயவரலாற்று நூலில் நினைவுக்குக் கொண்டு வந்து அடுக்குகிறார்.

எஸ்.பொ எழுதுவதற்கு 'போல்பொயின்ற்' பேனா உபயோகிப்பதில்லை. அதன் மீது அவருக்கு பிடிமானம் இல்லை. அந்தப் பேனா உற்பத்தியின் பின்னணியில் கையெழுத்திலும் வணிக நோக்கமே சவாரி செய்கிறது என்ற கொள்கையுடையவர். மாணவன் எம்.ஐ. சின்னலெப்பை அன்புடன் பரிசளித்த பார்க்கர் 51 பேனா ஒன்றினையே காலமெல்லாம் பயன்படுத்தினார்.[2]

''அக்கரைப்பற்றைச் சேர்ந்த காலித்தீன், நிந்தவூரைச் சேர்ந்த எம்.எம்.ரஹீம் ஆகிய இரண்டு மாணவர்களும் அச்சுப் போன்ற கையெழுத்தில் எழுதுவார்கள். பத்திரிகைக்கு அனுப்பப்படும் இறுதிப் பிரதிகளை அவர்கள்தான் படியெடுத்து தருவார்கள்'' என்று நன்றியோடு நினைவு கூருகிறார்.[3]

எம்.எம்.ரஹீம் ஆங்கிலம் மற்றும் தமிழ் நாடகங்களில் நடித்ததோடு பாடசாலைக்கு விஜயம் செய்யும் பிரபலங்கள் உரையாற்றிச் செல்லும் சந்தர்ப்பங்களில் மாணவர் சார்பாக நன்றி தெரிவிக்கும் பொறுப்பினையும் தாங்கி இருந்தார்.

இதே கல்லூரியில் மருதமுனையைச் சேர்ந்த மீராசாகிப் என்பவர் ஆங்கில ஆசிரியராக இருந்தார். மாணவர்களுடன் நெருக்கமாகவும் கதைகள் சொல்லியும் பாடம் நடத்தும் நுட்பம் வாய்க்கப் பெற்றவர். கிழக்கிலங்கையில் முதன்முதலாக அவருடைய மருதமுனை வீட்டிலே உண்டு சுவைத்த விருந்தின் சுவை இன்னமும் நாக்கிலே ஒட்டியிருப்பதாக சுயசரிதை நூலில் குறிப்பிட்டுள்ளார்.

எஸ்.பொன்னுத்துரையின் முஸ்லிம் கதாவஸ்து தொடர்பில், நீலாவணன் தொடர்பாகவும் சில தகவல்கள் உண்டு.

கவிஞர் நீலாவணனுடனான எஸ்.பொ வின் முதலாவது சந்திப்பு மட்டு. சித்தாண்டியில் நடைபெற்ற பாரதி விழாவிலே இடம் பெறுகிறது. நீலாவணன் பாரதியார்பற்றி உணர்வுபூர்வமாப் பேசி முடித்தார். பாரதிபற்றி வேறான தரிசனப் பார்வை கொண்டவர் எஸ்.பொ. எனவே நீலாவணனின் உரைக்குப் பதிலடியாக எஸ். பொ பேசினார். இரண்டு வல்லமைகளின் கருத்தியல் மோதுகை அது.

அவர்களுடனான இரண்டாவது சந்திப்பு சம்மாந்துறையிலே முளைத்தெழுகிறது. அதுவொரு தமிழ்விழா. இருவரும் சங்கை செய்து அழைக்கப்பட்ட பெரும் பேச்சாளர்கள். சித்தாண்டி பாரதி விழாவிலே பொன்னுத்துரையின் பேச்சுக்குப் பதிலடியாக நீலா வணனின் உரை அமைந்தது. பொன்னுத்துரையும் சளைக்காமல் பதில் வழங்கினார்.

இந்த நிகழ்வுகள்பற்றி எஸ்.பொ மனந்திறந்து பேசியுள்ளார்.

''என் கருத்துக்களை அவர் சாடிய பண்பும் பாங்கமும் கலை நுணுக்கம் சார்ந்தன. அந்தக் கலை நுணுக்கம் என்னை அவர் வயப்படுத்தியது''.[4]

எஸ்பொன்னுத்துரையின் முஸ்லிம் காண்டத்துக்குள் ஏன் இந்தச் சம்பவத்தைக் கொண்டு வந்து சொருகுகிறீர்கள் என்ற கேள்வி நியாயமானதே.

இதனை வாசியுங்கள்.

''சம்மாந்துறையிலிருந்து அந்த இரவு நேரத்தில் மட்டக்களப் புக்கு பஸ் கிடைக்காது. எனவே என் மாணவன் சீனி முகம்மது வின் வீட்டில் அன்றிரவைக் கழிக்கலாம் எனத் திட்டமிட்டிருந் தேன். ஆனால் ''வா வீட்டுக்குப் போவோம். சாப்பிட்டுவிட்டுப் பேசுவோம்'' என்ற நீலாவணனின் சடுதியான அழைப்பும் அந்த அழைப்பில் இருந்த கனிவும் அதில் இழையோடிய விருந் தோம்பல் ராங்கியும் என்னை உலுப்பின. என் மாணவன் சம் மாந்துறை சீனி முகம்மதின் வீடு செல்லும் திட்டத்தைக் கைவிட்டு நீலாவணைக்கே போனோம்.''

இரு பெரும் ஆளுமைகள் மாற்றுக் கருத்துகளைப் பொது வெளியில் பிரயோகிப்பதும் பின்னர் எவ்வாறு நாகரிகமாக நட்போடு நடந்து கொள்வார்கள் என்பதற்குமான முன்மாதிரியாக இந்தத் தலைமுறை எழுத்தாளர்கள் எடுத்துக் கொள்ள வேண்டிய செய்தி இது.

இன்னும் வாசியுங்கள்.

"நீலாவணனின் நட்பினாலே இளம் தலைமுறையைச் சார்ந்த முஸ்லிம் எழுத்தாளர்களிடமிருந்து நான் நிறையக் கற்றேன். அவர்களுடைய பழக்கமும் அநுபவமும் என்னுடன் சேர்ந்திருக்காவிட்டால் முஸ்லிம் மக்களுடைய வாழ்க்கை அழகுகளை என்னாலே தரிசிக்க இயலாது போயிருக்கக் கூடும்."[6]

நீலாவணனின் உறவு முஸ்லிம் மக்களின் அந்நியோன்யத்தை விஸ்தரிக்க எஸ்.பொவுக்கு உதவியுள்ளது என்பதை உறுதிப்படுத்துகிறது இந்த வாக்குமூலம்.

எஸ்.பொன்னுத்துரையின் மட்டக்களப்பு மத்திய கல்லூரிக் காலத்துச் சுவைப்புக்காக இதையும் வாசியுங்கள்.

எஸ்.பொ அண்ணாமலை பல்கலைக்கழகத்தில் பயின்ற காலத்தில் சாரணீயத்தில் றோவர் பயிற்சி பெற்றிருந்தார். இதனை அறிந்திருந்த கல்லூரி நிர்வாகம் மாணவர்களுக்கு சாரணர் பயிற்சி வழங்கும் பொறுப்பை அவரிடம் வழங்கியிருந்தது. கல்லூரிக்கு எதிரே இருந்த மட்டக்களப்பு முற்றவெளியின் (வெபர் விளையாட்டரங்கு) ஒரு மூலையில் சாரணர் வகுப்புகளை அவர் நடத்துவது உண்டு.

அவ்வாறான ஒரு நாளில் மைதானத்தின் கிழக்குத் திசையில் வலைபந்தாட்டத் திடலிலே ஆனைப்பந்தி பெண்கள் பாடசாலை மாணவிகளுக்கு அந்த விளையாட்டின் நுட்பங்களை ஆசிரியை ஒருவர் கற்பித்துக் கொண்டிருந்தார்.

"அவள் அந்தப் பாடசாலை ஆசிரியையாகவே இருக்க வேண்டுமென்று நினைத்தேன். மாணவர்களை வீட்டிற்கு அனுப்பி வைத்து நான் மட்டும் வலைபந்தாட்டத் திடலை நோக்கி நடந்தேன். என் அக்கறைகள்பற்றிய கவனிப்பு எதுவுமின்றி வலைபந்து விளையாட்டின் நுட்பங்களை அவள் போதித்துக் கொண்டிருந்தாள்."[7]

அந்த ஆசிரியைதான் பின்னாளில் அவருக்குத் துணைவியாகி, திருமதி ஈஸ்பரம் பொன்னுத்துரை என்று அழைக்கப்பட்டவர்.

எஸ்.பொன்னுத்துரை இவ்வாறு பல நினைவுகளை சத்தமிட்டு இரைமீட்கும் இயல்பினர். இன மத பேதமற்ற நம்பிக்கையை பாடசாலை வாழ்விலே சுமந்து அவர் வாழ்ந்தார்.

சுமார் பத்து வருடங்கள் இக்கல்லூரியின் ஆசிரியராக இருந்த வேளையில் கிடைத்த பிரமாண்டத்தோடு மற்றொரு கல்லூரிக்கு இடமாற்றம் பெறுகிறார்.

அடிக்குறிப்பு

1 எஸ்.பொ வரலாற்றில் வாழ்தல் பக் 716
2 மேற்படி பக் 768
3 மேற்படி அதே
4 நீலாவணன்: எஸ்பொ நினைவுகள் பக் 18
5 மேற்படி பக் 19
6 மேற்படி பக் 103
7 எஸ்.பொ வரலாற்றில் வாழ்தல் பக் 554

அத்தியாயம் 5

இருப்பும் ஒளிப்பும்

சுமார் அறுபத்தைந்து வருடங்களுக்கு முன்னர் மட்டக்களப்பிலே சொலுக்கார் பிரதர்ஸ் என்ற கடை மிகவும் பிரபல்யமானது. மத்திய கல்லூரியிலிருந்து பள்ளிவாசல் ஓரமாக நடந்து வந்தால் முதலாவதாக வருகின்ற சந்தியில் உள்நோக்கி நடந்து குறுக்குத் தெருவுக்கு வந்தால் மணிக்கூட்டுக் கோபுரத்தை நோக்கும் திசையில் அந்தக் கடை தெரியும்.

அறுபதுகளிலும் எழுபதுகளின் முன்னரைப் பகுதிவரையிலும் மட்டக்களப்புக்குத் தேவையான அனைத்துப் பொருட்களையும் மக்களின் நுகர்வுக்கு வழங்கிய பெரிய நிறுவனம் அது. கொழும்பு, கல்முனை போன்ற நகரங்களிலும் கிளைகள் இருந்தன. அதன் சொந்தக்காரர் இந்தியாவைப் பிறப்பிடமாகக் கொண்ட சொலுக்கார் என்கின்ற வர்த்தகர். அவருடைய மகன்தான் எஸ்.எஸ்.எம். யூசுப் சாஹிபு.

மட்டக்களப்பு மத்திய கல்லூரியில் எஸ்.பொன்னுத்துரையிடம் கல்வி பயின்ற மறக்க முடியாத மாணவன். அவரது மாணவ நண்பர்கள் இன்றுவரை யூசுப் சாஹிபின் புகைப்படங்களை பத்திரமாக வைத்துள்ளனர்.[10] பாடசாலைக் காலத்திலும் பின்வந்த காலங்களிலும் யூசுப் சாஹிபு கலை இலக்கியச் செயற்பாட்டாளராக இருந்தார். புதுக்கவிதைகள் எழுதுவதில் தூக்கலான நாட்டம் கொண்டிருந்தார்.

இந்த அத்தியாயம் வெறுமனே யூசுப் சாஹிபு என்ற மாண வனைப் பற்றியது மட்டுமல்ல. மட்டக்களப்பின் இலக்கிய வளர்ச்சிக்கு அவர் ஆற்றிய பங்களிப்பு பற்றியதும் அவரின் பணிகளை காணத் தவறிய நம்மவர்களின் பலவீனம் பற்றியது மாகும்.

எழுத்து என் தவம் என்று வாழ்ந்த எஸ்.பொன்னுத்துரையிடம் கல்வி பெற்ற மாணவர்கள் ஆயிரக் கணக்கில் இருந்தனர். அவர் களில் பலர் உள்நாட்டிலும் வெளிநாட்டிலும் உயர் பதவிகளில் உட்கார்ந்திருந்தனர். இன்றும் இருக்கின்றனர். அதுபற்றி இந் நூலில் பல இடங்களிலும் பிரஸ்தாபிக்கப்பட்டுள்ளது. அவர்கள் எல்லோருமே எஸ்.பொ விடம் கல்வி பெற்றதை பாக்கியமாகக் கருதி எப்போதும் மகிழ்வுடன் நினைவு கூருவோராகவே இருந்த னர். மறுபுறத்தில் மாணவர்களிடம் இருந்த ஆற்றல்களை இனங் கண்டதுபற்றியும் அந்த ஆற்றல்களைப் பயன்படுத்தியது பற்றியும் அதனுடாக மாணவர்கள் பெற்ற அநுகூலங்கள் பற்றியும் இன, மத வேறுபாடுகள் கிஞ்சித்துமின்றி தோதுப்பட்ட இடங்களி லெல்லாம் எஸ்.பொ. குறிப்பிடத் தவறியதில்லை.

யூசுப் சாஹிபு என்ற மாணவனைப்பற்றி எஸ்.பொ என்ன கூறுகிறார் என்பதை அவருடைய எழுத்திலேயே வாசிப்பதில் ஒரு சுகம் இருக்கிறது.

''என்னிடம் ஏராளமான முஸ்லிம் மாணவர்கள் தமிழும் சரித்திரமுங் கற்றுத் தேறினார்கள். அவர்களுள் காயல்பட்டணத் தைப் பூர்வீகமாகக் கொண்ட யூசுப் சாஹிபு என்ற மாணாக்கரை நான் என் வாழ்நாளில் என்றும் மறக்கமாட்டேன். அவருடைய பங்களிப்பினை நன்றி மறவா மட்டக்களப்பு மண்ணும் மறக்காது என்றே நம்புகின்றேன். மாணாக்கராக இருந்து கொண்டே கலை இலக்கிய உடல் முயற்சிகளுக்கு அவரைப் போன்று ஆக்கமும் ஊக்கமும் அளித்த பிறிதொரு மாணாக்கனை நான் இன்னமும் என் வாழ்நாளிற் சந்திக்கவே இல்லை. அவர் மட்டக்களப்புத் தமிழ்க் கலாமன்றத்தின் உயிர் மூச்சாகவும் இயக்க சக்தியாகவும் இயங்கினார்''.

''புலவர்மணி ஏ. பெரியதம்பிப்பிள்ளை கவிதைத் துறையிலும் வித்துவான் எப்.எக்ஸ்.சி நடராஜா வரலாற்றுத் துறையிலும் செ.இராஜதுரை எம்.பி பேச்சுத் துறையிலும் எஸ்.பொன்னுத்துரை புனைகதைத் துறையிலும் ஆற்றிய சேவைகளைக் கௌரவப் படுத்தும் முகமாக தமிழ் கலாமன்றம் பெருவிழா ஒன்றினை எடுத்தது. நால்வரும் பாவாரங்களும் பொற்பதக்கங்களுஞ் சூட்டிக் கௌரவிக்கப்பட்டார்கள். தமது முன்னோர்களின் வழிநின்று இந்தத் தங்கப் பதக்கங்களை உபகரித்தவர் யூசுப் சாஹிபு என்பதை அறிந்தபொழுது நான் அசந்து போனேன். இவ்வாறு கலை இலக்கியப் பணிகளுக்குக் கை சிவக்கும் அளவுக்கு அள்ளிக் கொடுத்தார்''.

''மட்டக்களப்பிலே அவர் வசித்த காலம் வரையிலும் நான் மேற்கொண்ட கலை இலக்கியப் பணிகள் எல்லாவற்றிலும் எனக்கு உதவியாக இருந்தார். விளம்பரத்தை விரும்பாது சதா புன்முறுவல் பூத்தபடி ஆசிரியரான என் சௌகரியங்களைக் கண்ணும் கருத்து மாகக் கவனித்தார். அந்த இனியனை எப்படி மறப்பேன். ?''

''அவருடைய உறவினர்களே மட்டக்களப்புப் பள்ளிவாயி லைப் பராமரித்தார்கள். ஆனால் இந்தப் பள்ளிவாயிலினால் இன்று பெருவாரியான நன்மைகளை அநுபவிப்பவர்கள் இந்த நாட்டு முஸ்லிம்களே என்பதையும் நான் அறிவேன். மட்டக்களப்புப் பள்ளிவாயிலுக்குப் பொருந்தும் இந்த உண்மை தமிழ்நாட்டைப் பூர்வீகமாகக் கொண்ட வர்த்தகர்கள் ஈழத்தின் நானா பகுதிகளிலும் அமைத்த பள்ளிவாயில்களுக்கும் பொருந்தும் என்றே நான் கருதுகின்றேன்''.

எஸ்.பொ மனம் திறந்து நன்றி மறக்காமல் துணிச்சலுடன் மேலுள்ள நான்கு பந்திகளில் யூசுப் சாஹிபு என்ற மாணவனின் நினைவுகளைப் பின்னி இழைத்துள்ளார்.(1)

''யூசுப் சாஹிபு அவர்களின் சேவையை இந்த மட்டக்களப்பு மண் மறக்காது'' என்ற எஸ்.பொவின் விசுவாசத்துக்கு என்ன நடந்தது. ?

இச்சந்தர்ப்பத்திலே பிரபல எழுத்தாளர் அன்புமணி (இரா. நாகலிங்கம்) அவர்களின் கட்டுரையொன்றுபற்றி பேச வேண்டியுள்ளது.

அவர் 'மட்டக்களப்பு இலக்கிய வளர்ச்சி' பற்றி தினகரனிலே அக்டோபர் 2011 இல் தொடர் கட்டுரை ஒன்றை எழுதினார். அதில் யூசுப் சாஹிபு செய்த தமிழ் இலக்கியப் பணிபற்றி எதுவுமே குறிப்பிட்டிருக்கவில்லை.

மட்டக்களப்பு மாநிலத்தின் தமிழ் இலக்கியப் பணி 1890 இல் முன்னெடுக்கப் பட்டிருந்தது என்பது வரலாறு. இதன் நீட்சியாக காலத்துக்குக் காலம் பல்வேறு மன்றங்களும் அமைப்புகளும் அப்பணிகளைத் தொடர்ந்தன. மட்டக்களப்பு தமிழ் கலாமன்றம் குறிப்பிட்டுச் சொல்லத்தக்க அளவில் நேர்மையாக தமிழ் இலக்கியத்தின் செழுமைக்குப் பங்களிப்புச் செய்தது. இந்த மன்றத்தின் வளர்ச்சிக்கு யூசுப் சாஹிபு எத்தகைய பங்களிப்பினை நல்கினார் என்பதை மேலே எஸ்.பொவின் எழுத்து நிறுவுகின்றது.

திரு.ஜோசப் பரராஜசிங்கம் (பின்வந்த காலங்களில் இவர் மட்டக்களப்பு பாராளுமன்ற உறுப்பினராக இருந்தவர்)தமிழ்க் கலாமன்றத்தின் தலைவராக இருந்த சமயத்தில் கே.நவரத்தினம் செயலாளராகவும் யூசுப் சாஹிபு பொருளாளராகவும் இருந்தனர்.

இம்மன்றத்தின் மூன்றாவது ஆண்டு நிறைவு விழா புலவர்மணி ஏ.பெரியதம்பிப்பிள்ளை தலைமையில் 13.11.1964 இல் மட்டக்களப்பில் நடைபெற்றபோது இருவரைப் பாராட்டும் நிகழ்வு இடம் பெற்றது. ஒருவர் சைவப்புலவர் தூ.அருணாச்சலம். சமயப் பெரும் பணிகளில் ஆர்வத்துடன் ஈடுபட்டவர். சைவத் தொண்டி யற்றியமைக்காக பாராட்டப்பட்டார். மற்றவர் மத்திய கல்லூரி அதிபராயிருந்த எஸ்.வி.ஓ.சோமநாதர். மட்டக்களப்பின் இயற்கை வசதிகளை நாடிவரும் பறவைகளை அவதானித்து ஆங்கிலத்திலே கட்டுரைகளை எழுதும் நாடறிந்த எழுத்தாளர். அபூர்வமான கட்டுரைகளை எழுதியமைக்காக அவருக்குப் பாராட்டு வழங்கப் பட்டது. இருவருக்கும் தங்கப் பதக்கம் அளித்துக் கௌரவிக்கப் பட்டது. இப்பதக்கங்களை கொள்வனவு செய்து உதவியவர் யூசுப்

சாஹிபுதான். இவ்விழாவின்போது கவிஞர் மு.சோமசுந்தரம் பிள்ளை 'மண்டூர் கவி' வாழ்த்துப் பாடினார்.

"தமிழுக்குத் தொண்டு செய்வோன் சாவதில்லை
சளைத்திடாதே காயல் தந்த இரத்தினமே"

என்று யூசுப் சாஹிபு அவர்களைப் பற்றிப் பாடியமை தமிழ் இலக்கியம் தொடர்பிலான சாஹிபின் செயற்படுதன்மையை எண் பிக்கின்றது.

மட்டக்களப்பு Singing Fish விளையாட்டுக் கழகமொன்றை காயல் யூசுப் சாஹிபு வழிநடத்தியவர் என்ற தகவலும் உள்ளது.€ நோன்புப் பெருநாள் தினங்களில் இன, மத வேறுபாடுகளுக் கப்பால் விளையாட்டுப் போட்டிகளை நடாத்தி வெற்றிக் கிண் ணங்களை வழங்கி மகிழ்ந்ததும் எழுத்தில் பதிவாகி உள்ளது.

அப்படியாயின் மட்டக்களப்பின் இலக்கியப் பணிக்கு மகா உந்து சக்தியாக விளங்கிய யூசுப் சாஹிபு அவர்கள் அன்புமணியின் 'மட்டக்களப்பு இலக்கிய வளர்ச்சிக்குள் கொண்டுவரப்படாமைக் கான காரணம் என்ன?

எழுத்தாளர் அன்புமணி (இரா.நாகலிங்கம்) பற்றி அறிந்தவர்கள் அவர் வேண்டுமென்றே அதனைச் செய்திருப்பார் என நம்ப வில்லை. ஆனால் தவறு நடந்துள்ளது என்பது என்னவோ உண்மை. யூசுப் சாஹிபு மட்டக்களப்பு மண்ணில் நிகழ்த்திய செழுமையான தமிழ்ப் பங்களிப்பு வெளிச்சத்துக்குக் கொண்டு வரப்பட வேண்டும். இந்த அத்தியாயத்தின் நோக்கங்களில் அதுவு மொன்றாகும்.

இலங்கையில் 1964 இல் ஸ்ரீமா சாஸ்திரி ஒப்பந்தம் அமுலுக்கு வந்தது. அது சமைத்த உத்தரவினால் எழுபதுகளின் முதல் கந்தாயத்தில் யூசுப் சாஹிபு அவர்களும் சொலுக்கார் குடும்பத்தி னரும் தாயகம் திரும்பினர். மட்டக்களப்பு மண் அநுபவித்த மாபெரும் துன்பியல் பிரிவு அது என்பதை எஸ்.பொன்னுத்துரை அவர்கள் யூசுப் சாஹிபு பற்றி எழுதிய மேலேயுள்ள பதிவினை மீண்டும் ஒரு தடவை வாசித்தால் புரிந்து கொள்ளலாம்.

அடிக்குறிப்பு

⓪ எம்.எம்.ரஹீம் என்பவர் மட்டக்களப்பு மத்திய கல்லூரியிலே யூசுப் சாஹிபுடன் கல்வி கற்றவர். நிந்தவூர் அல்.அஷ்ரக் தேசிய பாடசாலை யின் அதிபராகக் கடமையாற்றி ஓய்வு பெற்றவர். எஸ்.பொன்னுத் துரையின் மாணவனான அவரிடம் மட்டக்களப்பு மத்திய கல்லூரி வாழ்க்கைபற்றி கலந்துரையாடியபோது யூசுப் சாஹிப் அவர்களின் புகைப்படம் இன்றும் தன்னிடம் பத்திரமாக உள்ளதான தகவலைத் தந்தார்.

1. எஸ்.பொ இஸ்லாமும் தமிழும் பக் 76 - 77

2. மட்டக்களப்பு தமிழ்க் கலாமன்றம் 09.06.1968 இல் மாவட்டரீதியாக நடத்திய பேச்சுப் போட்டியில் மேற்பிரிவில் முதலாம் பரிசு பெற்ற மைக்காக மட்/வந்தாறுமூலை மத்திய மகா வித்தியாலயத்தைச் சேர்ந்த மாணவன் ஏ. பீர் முகம்மது (இந்நூலாசிரியர்) பெற்றுக் கொண்ட சான்றிதழில் தலைவராக செழியன் பேரின்பநாயகமும் செயலாளராக கே.நவரத்தினமும் கையொப்பம் இட்டுள்ளனர்.

€ இத்தகவலைச் சொன்னவர் மட்டக்களப்பில் பிறந்து வளர்ந்து கல்வி பெற்ற அஸீஸ் மெய்டீன் என்பவர். எஸ்.பொ குடும்பத்தினருக்கு நன்கு அறிமுகமானவர். தற்போது சம்மாந்துறையில் திருமணம் செய்து குடும்பத்தோடு வாழ்கிறார். சம்மாந்துறை வலயக் கல்வி அலுவலகத்தில் பிரதி கல்வி பணிப்பாளராக கடமையாற்றி ஓய்வு பெற்றவர்.

அத்தியாயம் 6

பொலிவும் பொழிவும்

வந்தாறுமூலை மத்திய கல்லூரிக்கு இடமாற்றத்தில் வந்த பொன்னுத்துரை அவர்கள் ஒரு வருட காலமே இங்கு கடமை யாற்றினார். அக்கல்லூரியின் பேர் பெற்ற ஆசிரியராக மேற்கிளம்பி வர அவருக்கு ஒரு வருடமே போதுமாயிருந்தது. அவரின் ஏற் பாட்டில் பெருங்காப்பிய விழா அமைந்தது. ஐம்பெரும் காப்பியம் அல்ல பெருங்காப்பியம் பத்து என்ற கோசம் அந்த விழாவிலே தலை நிமிர்ந்தது. இன்றுவரை பேசப்படுகிறது அந்த விழா.

வந்தாறுமூலை மத்திய கல்லூரி

மட்டக்களப்பு மத்திய கல்லூரியில் ஆசிரியராக இருந்து பெற்ற கியாதியோடும் திருப்தியோடும் பொன்னுத்துரையின் பொழுதுகள் கழிந்த சூழலில் அவருக்கு வந்தாறுமூலை மத்திய கல்லூரிக்கு இடமாற்றம் கிடைக்கிறது. ஆரம்பத்தில் இந்த மாற்றத்தை அவர் மனம் உள்வாங்கவில்லை. அது நிகழ்ந்த சூழ்நிலையை தகவலாக அறிந்தபோது இடமாற்றத்தை அநுபவிக்கும் முடிவுக்கு அவர் வந்தார்.

வந்தாறுமூலை மத்திய கல்லூரி இந்த இடத்தில் (வந்தாறு மூலையில்) நிறுவப்பட்ட வர்த்தமானத்தின் பின்னால் சில சங்கதி கள் உள்ளன.

இக்கல்லூரியின் நிறுவநராக வ.நல்லையா என அறியப்பட்ட வல்லிபுரம் நல்லையா பெயர் சுட்டப்படுகிறார். இவர் கல்லடி எஸ். பொன்னுத்துரை முஸ்லிம்களுடனான உறவும் ஊடாட்டமும்

சிவானந்தா வித்தியாலயத்தில் ஆசிரியராக இருந்த காலத்தில் சுவாமி விபுலாநந்தரின் ஆலோசனையின்பேரில் அட்டாளைச் சேனை ஆசிரிய பயிற்சிக் கலாசாலையின் அதிபர் பதவியைப் பொறுப்பெடுத்தவர்.

இந்த ஆசிரிய பயிற்சிக் கலாசாலை தொடக்கத்தில் சாய்ந்த மருது என்ற ஊரில் நிறுவப்பட ஏற்பாடுகள் செய்யப்பட்டிருந்த நிலையில் ஊர் பொதுமக்களின் எதிர்ப்புக் காரணமாக அத்திட்டம் கைவிடப்பட்டு பின்னர் அட்டாளைச்சேனைக்குக் கொண்டு செல்லப்பபட்டது.

அட்டாளைச்சேனையில் இக்கலாசாலை அமைப்பதற்காக இருவர் தமது சொந்த நிலத்தினை வழங்கி இருந்தனர். ஒருவர் மட்டக்களப்பு தெற்கு சட்டசபை உறுப்பினராகவிருந்த எஸ்.தர்ம ரத்தினம். மற்றவர் மருதமுனையைச் சேர்ந்த அஹமது மொஹி தீன் ஹாஜியாரின் மருமகனான மீராசாஹிப் என்பவர்.(1)

அட்டாளைச்சேனையில் கட்டியெழுப்பப்பட்ட இக்கலாசாலை தமிழ் முஸ்லிம் ஆசிரியர்கள் பயிற்சி பெறுவதற்காக 01.11.1941 இல் இருந்து செயற்படத் தொடங்கியது. முதலாவது அதிபராக வ.நல்லையா இரண்டு வருடங்கள் கடமை செய்தார். பின்னர் அரசியலுக்கு வந்து மக்கள் பிரதிநிதியானார். கிழக்கிலங்கையின் முன்னுரிமைகளை வனைந்தெடுக்கும் தீர்மான சக்தியாகவும் அவரே திகழ்ந்தார்.

சீ.டபிள்யு.டபிள்யு. கன்னங்கராவின் இலவசக் கல்வித் திட்டத் தின்கீழ் நாடு முழுவதும் எல்லா வசதிகளும் கொண்ட ஐம்பத்து நான்கு மத்திய மகாவித்தியாலயங்கள் நிர்மாணிக்கப்பட்டு வந்தன. அவற்றுள் ஒரு பாடசாலையை மக்கள் பிரதிநிதி திரு.வ.நல்லையா அவர்கள் கல்குடா தொகுதிக்குக் கொண்டு வந்தார். அதுவே வந்தாறுமூலை மத்திய மகாவித்தியாலயமாகும்.

வடக்கே குச்சவெளி தொடங்கி தெற்கே பாணமை வரையான கிழக்கு மாகாணத்தின் மையப்பகுதி வாழைச்சேனை ஆகும். எனவே இக்கல்லூரியைக் கல்குடா தொகுதியில் அமைந்துள்ள வாழைச்சேனையில் அமைக்கவே நல்லையா விரும்பினார். அதற்

கான இடமும் தெரிவு செய்யப்பட்டது. இங்குள்ள காகிதத் தொழிற்சாலை, பாசிக்குடா கடற்கரை, இப்பாடசாலை ஆகிய மூன்றையும் இணைத்து அபிவிருத்தி செய்து வாழைச்சேனையை தமிழர் பெருநகரமாக வளர்த்தெடுக்க வேண்டுமென்று அவர் திட்டமிட்டார். எவ்வாறு கல்லோயா அபிவிருத்தியின் பின்னர் முஸ்லிம்களின் பெருநகராக கல்முனை விரிந்து வளர்ந்து வந்ததோ அவ்வாறே தனது தொகுதியில் வாழைச்சேனையை உருவாக்க வும் முனைந்தார். இந்த விடயங்களை திரு.வ.நல்லையா எஸ்.பொன்னுத்துரையிடம் தெரிவித்ததான தகவல் இருக்கிறது.(2)

நல்லையாவின் இத்திட்டம் அமுலாகியிருந்தால் இன்று வாழைச்சேனை பலரது கவனத்தையும் வெல்லும் தமிழர் தலைநகராக வடிவம் பெற்றிருக்கும் என்கிறார் பொன்னுத்துரை.

வாழைச்சேனை பெருநகரத் திட்டமானது முஸ்லிம்களுடைய நலனுக்கு உகந்தது அல்ல என்ற அம்சத்தையும் நல்லையா விளங்கியிருந்தார். அரசியலில் காலடி வைத்த காலத்திலிருந்து முஸ்லிம்கள் தொடர்ச்சியாக அவரை ஆதரித்து வந்தநிலையில், பெருநகரத் திட்டத்தினை பகிரங்கமாக விளக்க முடியாத நெருக்கடி அவருக்கு இருந்தது.

சட்டசபைக் காலத்தில் 1943 ஆம் ஆண்டு மட்டக்களப்பு வடக்கு தொகுதிக்கான இடைத்தேர்தல் நடைபெற்றபோது, அப்பிரதேசத் தின் செல்வாக்குமிக்க தமிழ் வன்னிமைகள் பலர் போட்டி யிட்டனர். மிஹ்ளார் என்ற முக்கிய முஸ்லிம் ஒருவரும் போட்டி யிட்டார். அவர்களை எதிர்த்து நல்லையா போட்டியிட்டார். இங்கிருந்துதான் நல்லையாவின் அரசியல் ஆரம்பமானது.(3)

திரு.வ.நல்லையா அவர்கள் விபுலாநந்த அடிகளின் நெருங் கிய நண்பராக இருந்த காரணத்தினாலும் அட்டாளைச்சேனை ஆசிரிய பயிற்சிக் கலாசாலையின் முதலாவது அதிபராக அவர் இருந்த காலத்தில் பெற்ற செல்வாக்கினாலும் மட்டக்களப்பு தெற்கேயிருந்து வந்த பல முஸ்லிம் தலைவர்களும் ஊர்ப் பெரிய வர்களும் அவருக்கு ஆதரவாக பிரச்சாரத்தில் ஈடுபட்டதனாலும் ஏறாவூர், ஓட்டமாவடி, மூதூர், கிண்ணியா ஆகிய பிரதேசத்து

முஸ்லிம்கள் தமது வாக்குகளை அவருக்கு ஆதரவாக இட்ட தனாலும் அவர் வெற்றி பெற்றார். இவ்வாறு ஆரம்பமான அவருக்கான முஸ்லிம்களின் ஆதரவு எல்லாத் தேர்தல்களிலும் தொடர்ந்தது.

"1940 முதல் ஒரு தசாப்தம் கிழக்கிலங்கையின் கொள்கை களை நிர்ணயிப்பவராக திரு.நல்லையா திகழ்ந்தார். முஸ்லிம் மக்களின் பேராதரவையும் அவர் பெற்றார்" என்று அவர் பற்றிய குறிப்பு உள்ளது.[4]

எனவேதான் முஸ்லிம் நலனுக்கு விரோதமான வாழைச்சேனை அபிவிருத்தி நகர நிலைப்பாட்டை பகிரங்கமாக எடுக்க அவர் விரும்பவில்லை. மறைமுகமாக அமுல்படுத்தவே விரும்பினார். ஆனால் நல்லையாவின் இத்திட்டத்துக்கு ஆதரவு கொடுக்க அப்பகுதித் தமிழ் மக்கள் முன்வரவில்லை.

எனவே மத்திய மகா வித்தியாலயம் வாழைச்சேனையிலிருந்து வேறொரு இடத்துக்கு நகர வேண்டியிருந்தது. மட்டக்களப்பி லிருந்து வடக்காக இருபது கி.மீ தொலைவில் கொம்மாதுறைக் கும் வந்தாறுமூலைக்கும் இடையே பற்றைக் காடாக இருந்த வந்தாறுமூலைக்கு அக்கல்லூரி வந்து சேர்ந்தது.

கிழக்கு மாகாணத்தின் எல்லாப் பிரதேசங்களில் இருந்தும் தரம் ஐந்து புலமைப் பரிசில் பரீட்சையில் சித்தியடைந்த மாணவர்கள் வந்தாறுமூலை மத்திய கல்லூரிக்கு வந்து விடுதியில் தங்கியிருந்து கல்வியைத் தொடர்வார்கள். தினமும் வெளியிலிருந்து பாடசா லைக்கு 'டே ஸ்கொலராக' வருகை தரும் மாணவர்களும் அனு மதிக்கப்பட்டிருந்தார்கள்.

வாணிவிழா, ஒளிவிழா, மீலாத் விழா என்று எல்லா சமய விழாக்களையும் இந்து, கிறிஸ்தவ, முஸ்லிம் மாணவர்கள் அனை வரும் ஒன்று சேர்ந்து கொண்டாடும் புனித பூமி அது. முஸ்லிம் மாணவர்களுக்கு நோன்பு காலத்தில் அதிகாலையில் 'சஹர்' செய்யும் வசதியும் நோன்பு துறக்கும் மாலை வேளையில் நோன்புக் கஞ்சியும் வழங்கிய சர்வமத கலாபீடம் வந்தாறுமூலை மத்திய கல்லூரி ஆகும்.

இக்கல்லூரியின் அதிபர் பதவிக்கு சி.இராஜதுரை என்பவர் நியமனம் பெற்ற புதிதில் துரித கல்வி அபிவிருத்தியை நோக்காகக் கொண்டு புகழ்பெற்ற சில ஆசிரியர்களை தனது கல்லூரிக்கு நியமிக்குமாறு அவர் கல்வித் திணைக்களத்துக்கு வேண்டுகோள் விடுத்தார். அவ்வாறான வேண்டுகோளின் பேரிலேயே எஸ். பொன்னுத்துரை அவர்கள் 01.01.1964 இல் வந்தாறுமூலை மத்திய கல்லூரிக்கு வந்து சேர்ந்தார். பல்கலைக்கழக புகுமுக வகுப்புக்கு தமிழ்ப் பாடம் போதிக்கும் பணி அவருக்கு வழங்கப்பட்டது

மாணவர் மனங்களிலே பழந்தமிழ் இலக்கிய ஆர்வத்தை தூண்டுதல் அவசியம் என்ற எண்ணம் வந்தாறுமூலை வாழ்க்கை யில்தான் அவருக்கு வாய்த்தது. அத்தகு சிந்தனையில் கனிந்ததே காப்பியப் பெருவிழாவாகும்.

சிலப்பதிகாரம், மணிமேகலை, வளையாபதி, குண்டலகேசி, சீவகசிந்தாமணி என்பன ஐம்பெரும் காப்பியங்கள் என்றும் உதயணகுமார காவியம், நாககுமார காவியம், யசோதர காவியம், சூளாமணி, நீலகேசி என்பன ஐஞ்சிறு காப்பியம் என்றும் மனனம் செய்த காலத்தில் ஐம்பெரும் காப்பியங்களோடு கம்பராமாயணம், பெரிய புராணம், சீறாப்புராணம், தேம்பாவணி, இரட்சண்ய யாத்திரிகம் ஆகிய ஐந்து நூல்களைச் சேர்த்து 'பெருங்காப்பியங் கள் பத்து' என்ற தொடரை அறிமுகம் செய்த விழா அது. தமிழ், முஸ்லிம் அறிஞர்களிடமிருந்து மாணவர்கள் பழந் தமிழ் இலக் கியத்தின் மான்மியத்தை நேசிக்கக் கற்றுக் கொண்ட நிகழ்வாகவும் அவ்விழா அமைந்தது.

அத்துடன் இக்கல்லூரி நீண்டகாலமாக மாணவரிடையே நாடகப் போட்டிகளை நடத்தும் வழக்கத்தைத் தவறாமல் பயின்று வந்தது. விளையாட்டுப் போட்டி உட்பட பல்வேறு போட்டி நிகழ்வுகளுக்காக மாணவர்கள் குமாரசாமி இல்லம், விபுலாநந்தர் இல்லம், நாவலர் இல்லம், அருணாச்சலம் இல்லம் ஆகிய நான்கு குழுக்களாக வகைப்படுத்தப்பட்டிருப்பர். அக்குழுக்களுக்கிடை யேதான் நாடகப் போட்டியும் நடைபெறும். வெற்றி பெற்ற இல்லம் அதனைப் பெருவிழாவாகக் கொண்டாடி மகிழ்வது முண்டு. இடமாற்றம் பெற்று புதிதாக இங்கு வந்த சேர்ந்த எஸ்.

பொன்னுத்துரை 'சூட்டோடு சூடாக' கல்லூரியின் பிரபல 'வெற்றி கரமான நாடகத் தயாரிப்பாளர்களை' தோற்கடித்து 'முகம் கவனம்' என்ற தனது நாடகத்தை வெற்றிக்கு இட்டுச் சென்றார்.

குறுகிய காலத்துள் அவர் நிலைநாட்டிய சேவைகள் இன்று வரை அவரை நினைவூட்டிப் பேசுகின்றன. இப்பாடசாலையில் அவர் பொலிப்போடு வாழ்ந்தார். ஆழத் தடம் பதித்தார். அவர் எழுத்திலே இதனைப் பதிவு செய்துமிருக்கிறார்.

இக்கல்லூரியில் ஏறாவூரைச் சேர்ந்த எம்.ஏ.சி.ஏ.ரஹ்மான் என்பவர் ஆசிரியராக இருந்தார். எஸ்.பொன்னுத்துரைபற்றி அவர் ஏற்கனவே நன்கு அறிந்திருந்தார். நட்புடனும் பழகினார். தனது ஊர் முஸ்லிம் மாணவர்களை எஸ்.பொவிடம் தமிழை ஒரு பாடமாக பயிலுமாறு ஆலோசனை வழங்குவார். அரசியலிலும் ரஹ்மான் ஈடுபாடுள்ளவர்.

எஸ்.பொவிடம் தமிழ் பயின்ற செல்விகளான சேகுபழீலா (தோப்பூர்), பயர்கூன் (உப்புவெளி) ஆகியோர் இக்கல்லூரியில் நடைபெற்ற காப்பியப் பெருவிழாவிலே மாணவர்கள் சார்பாகப் பேசும் பாக்கியதை பெற்றார்கள்.

இக்கல்லூரி இருந்த இடத்தில் தற்போது கிழக்குப் பல்கலைக் கழகம் நிலைகொண்டுள்ளது. வந்தாறுமூலை மத்திய கல்லூரி சித்தாண்டிக்கு கொண்டு செல்லப்பட்டுள்ளது.

தீர்க்கதரிசனம் இல்லாமல் பல்கலைக்கழக வளாகத்தை வந்தாறுமூலையில் அமைத்ததன் மூலம் இப்பிரதேசத்தில் இன, மத, பிரதேச வேறுபாடுகளின்றி கல்வித் தொண்டியற்றிய ஒரு கலா பீடத்தை மூடச் செய்து விட்டார்கள் என்று பலரும் குறைபட்டுக் கொள்கிறார்கள்.

எஸ்.பொன்னுத்துரை இக்கல்லூரியிலிருந்து விலகி மாணவர்களுக்குப் பாடநூல் எழுதும் சரித்திரப் பாடநூல் சபைக்குத் தேர்வாகி தலைநகர் கொழும்பிலே தனது பணிகளை மேற்கொள்ளச் சென்றார்.

அடிக்குறிப்பு

1. ஜெமீல்.எஸ்.எச்.எம். இலங்கைப் பாராளுமன்றத்தில் முஸ்லிம்கள் பக் 22
2. எஸ்.பொ வரலாற்றில் வாழ்தல் பக் 915-916
3. பீர் முகம்மது.ஏ விபுலாநந்த அடிகளும் முஸ்லிம்களும் பக் 18
4. சிவசுப்பிரமணியம்.வ. விபுலாநந்த தரிசனம் பக் 64

அத்தியாயம் 7

அயலும் புயலும்

ஐக்கிய தேசிய கட்சி டட்லி சேனநாயகா தலைமையில் 1965 இல் ஆட்சி அமைத்தபோது ஐ.எம்.ஆர்.ஏ.ஈரியக்கொல்ல கல்வி அமைச்சராக நியமிக்கப்பட்டார். இவர் பதவியேற்றதும் முன்னைய அரசாங்கத்தின் இறுதிக் காலத்தில் நிறுவப்பட்டிருந்த பாடநூல் எழுதும் குழுவைக் கலைத்தார். அங்கம் வகித்தவர்கள் பாடசாலை களுக்கு அனுப்பப்பட்டனர். சரித்திரப் பாடம் எழுதும் குழுவி லிருந்த எஸ்.பொ மட்டக்களப்பு வந்தார்.

காத்தான்குடி மத்திய கல்லூரி

நாடளாவிய ரீதியில் முஸ்லிம்களுக்கான மத்திய கல்லூரிகளை நிறுவுதல் தொடர்பாக அரச சபையில் 31.08.1944 இல் சேர் ராசிக் பரீட் பின்வருமாறு பேசினார்.

"வடக்கு, கிழக்கு, தெற்கு, மத்தி ஆகிய பிரதேசங்களில் நான்கு ஆண்களுக்கான கல்லூரிகளையும் கல்முனைப் பிரதேசத்தில் மருத முனையில் அல்லது சம்மாந்துறையில் பிரத்தியேகமாக பெண் களுக்கான ஒரு கல்லூரியும் அமைக்கப்பட வேண்டும்."[1]

அவருடைய உரையைக் கவனத்திலெடுத்த அரசாங்கம் மூன்று கல்லூரிகளை மாத்திரம் முஸ்லிம் பகுதிகளில் நிறுவ முடிவெடுத் தது. இதையொட்டி அளுத்கவில் பெண்கள் கல்லூரி அமைந் தது. ஆண்களுக்கான இரண்டு கல்லூரிகளில் ஒன்று மன்னார்

மாவட்டத்தில் எருக்கலம்பிட்டியிலும் மற்றையது காத்தான்குடி யிலும் உருவாக்கப்பட்டது.

கொழும்பிலிருந்து விடுவிப்புக் கடிதத்தோடு வந்த எஸ்பொன் னுத்துரையை மட்டக்களப்பு கல்வித் திணைக்களமே தனது நிர் வாக எல்லைக்குட்பட்ட பாடசாலைக்கு நியமிக்கும் விதிமுறை உண்டு. மட்டக்களப்பு மற்றும் கல்குடா தொகுதி பாராளுமன்ற உறுப்பினர்கள் பொன்னுத்துரையை தங்கள் தொகுதிகளில் நிய மிக்க வேண்டாம் என்று ஏற்கனவே திணைக்களத்தைக் கேட்டி ருந்தார்கள். எனவே மட்டக்களப்பின் தென் எல்லையில் பட்டி ருப்புத் தொகுதியிலுள்ள கல்லாறு மகாவித்தியாலயத்துக்கு திணைக்களம் அவரை நியமனம் செய்தது.

அங்கு செல்ல விரும்பாத எஸ்பொ தனக்குப் பொருத்தமான பாடசாலையொன்றைப் பெற்றுக்கொள்ளும் வாய்ப்புகளைத் தேடியபோது அவருக்கு உதவ முன்வந்தவர்தான் ஜே.எம்.எம். அப்துல் காதிர் அவர்கள். ஏற்கனவே இருவருக்குமிடையே நெருங்கிய விசுவாசம் இருந்தது.

விடயங்களை விளங்கிக் கொண்ட அப்துல் காதிர் அவர்கள் ''காத்தான்குடி மத்திய கல்லூரியில் நான் அதிபராக இருக்கிறேன். தமிழ் பாராளுமன்ற உறுப்பினர்கள் முஸ்லிம் பாடசாலை விவ காரங்களில் தலையிட மாட்டார்கள். எனது பாடசாலைக்கு வாருங்கள்'' என்று கூறி எஸ்.பொவின் விருப்போடு காத்தான்குடி மத்திய கல்லூரிக்கு இடமாற்றக் கடிதம் பெற்றுக் கொடுத்தார்.

இக்கல்லூரி தோற்றம் பெற்று இருபது வருடங்களைக் கடந்த நிலையில் மற்றவர்கள் 'வாயூறும் அளவுக்கு' ஆசிரியத்தில் உயர்ந் திருந்த எஸ்.பொன்னுத்துரை இக்கல்லூரிக்கு வந்து சேர்ந்தார்.

இக்கல்லூரி கடற்கரை ஓரமாக ஒரு பரந்த வெளியில் அமைந்து காணப்பட்டது. எல்லா வசதிகளும் வாய்க்கப் பெற்ற பாடசாலை. மரவேலை, நெசவு, சங்கீதம் போன்ற பாடங்களுக்கு தனியான கூடங்கள். தரம் ஐந்து புலமைப் பரிசில் பரீட்சையில் சித்தி பெற்ற மாணவர்கள் இங்கு வந்து கல்வி கற்றார்கள்.

முஸ்லிம் கல்லூரியாக இது தாபிக்கப்பட்டாலும் ஆரம்பத்தில் தமிழ் மாணவர்களும் அனுமதிக்கப்பட்டார்கள். பின்னர் வந்த காலங்களில் அவர்கள் வேறு பாடசாலைகளுக்கு மாறிச் சென்றனர்.

எஸ்.பொவுக்கும் அதிபருக்கும் நன்றாகவே 'ஒத்துப் போனது.' எஸ்.பொவின் எழுத்தின்மீதும் அவரின் இலக்கியச் செயற்பாட்டின்மீதும் அதிபர் மிக்க அக்கறை செலுத்தினார். பல்கலைக்கழக புகுமுக வகுப்பு மாணவர்கள் ஐந்து பேர் தமிழை ஒரு பாடமாகக் கற்றனர். ஒரு நாளைக்கு இரண்டு பாடங்கள் மட்டும் கற்பிப்பதற்கு வசதியான நேரசூசிகை வழங்கப்பட்டது. வாசிகசாலையை ஒழுங்குபடுத்தும் பொறுப்பும் அவருக்கு ஒதுக்கப்பட்டது.

எஸ்.பொ விடம் இக்கல்லூரியில் தமிழ் ஓதிய மாணவர்களில் பலர் இலக்கிய ஆர்வம் மிக்கவர்களாகத் திகழ்ந்தனர். அவர்களில் செல்விகள் ஏ.ஆயிசா மற்றும் ஏ.சலிக்கத்தும்மா ஆகியோர் குறிப்பிடத்தக்கவர்கள்.

அதிபர் காதிர் அவர்களுக்கு இக்கல்லூரியிலிருந்து வேறு பாடசாலைக்கு இடமாற்றம் கிடைத்தபோது எஸ்.பொவை அழைத்து ''புதிதாக வருகின்ற அதிபர் தங்களை கௌரவத்துடன் நடத்துவாரா என்ற கேள்வி என்னுள் இருக்கிறது. நான் அளித்த சலுகைகளை அவர் தரமாட்டார். அவர் அரசியலோடு உள்ளே வருவதால் உங்களுக்குச் சிக்கல்கள் வரக்கூடும். என்னுடன் ஏறாவூர் அலிகாருக்கு வர விருப்பமா''? என்று கேட்டபோது எஸ்.பொ எதுவும் கூற வில்லை. பொறுத்திருந்து பார்க்க விரும்பினார்.

புதிய அதிபர் வந்ததும் வராததுமாக எஸ்.பொவுக்கு கூடுதல் பாடங்களுடன் நேரசூசி கொடுக்கப்பட்டது. பொருத்தமில்லாத முறையில் பாடங்கள் வழங்கப்பட்டன. அரசியல் பின்னணியோடு அதிபர் நிர்வாகம் செய்தார். எஸ்.பொவுக்கு இணங்கிப் போக முடியவில்லை. தென்றல் வீசிய இடத்தில் புயல் வந்து புகுந்ததோ என்று பொன்னுத்துரை யோசித்தார். மீண்டும் ஜே.எம்.எம். அப்துல் காதிரை அணுகி ஏறாவூர் அலிகார் மகா வித்தியாலயத்துக்கு வந்து சேர்ந்தார்.

ஏறாவூர் அலிகார் மகா வித்தியாலயம்

இவ்வித்தியாலயம் மட்டக்களப்புக்கு வடக்கே 15 கி.மீ. தூரத்தில் ஏறாவூர் பிரதான பாதையோரம் அமைந்துள்ளது. அதிபராக ஜே.எம்.எம்.அப்துல் காதிர் இருந்தார்.

எஸ்.பொவுக்கும் அப்துல் காதிருக்கும் இடையே சுமுகமான உறவு இருந்ததால் ஏறாவூரில் தனது பணியினை சிரமமின்றி மேற்கொண்டார். அந்த மண்ணிலே இலக்கியத் தொண்டியற்றிய சில முஸ்லிம் இலக்கிய 'இளந்தாரிகளை' உருவாக்கிய பெருமை எஸ்.பொவுக்கு உண்டு. ஏறாவூரில் பிற்காலங்களில் பலர் பட்ட தாரிப் படிப்பு முடிந்து தமிழும் இலக்கியமும் என்று பவுசுடன் உலா வந்தமைக்குப் பின்னால் எஸ்.பொ வின் நாமம்தான் வீசு கிறது.

எஸ்.பொ தொடர்பிலான ஏறாவூரின் நினைவுகளில் பேசப்பட வேண்டிய ஒருவர் எம்.ஏ.சீ.ஏ. ரஹ்மான். வந்தாறுமூலை மத்திய கல்லூரியில் சக ஆசிரியராக இருந்தவர். தனது சொந்த ஊருக்கு பொன்னுத்துரையின் வரவு தேவை என்பதை உணர்ந்து கொண்ட வர்களில் அவரும் ஒருவர்.

இந்த ரஹ்மானின் தொடர்பினால் அலிகார் மகாவித்தியாலயத் தின் வளர்ச்சியில் எஸ்.பொ மிகுந்த கரிசனை செலுத்தினார்.

ஓட்டமாவடியிலிருந்து வருகை தந்த ஆசிரியர் ரி.எல்.எம் புகாரி யின் உறவும் நட்பும் இங்குதான் கிடைத்தது. இந்தத் தொடர் பினால் புகாரி பிற்காலத்தில் இளம்பிறை சஞ்சிகையின் வளர்ச்சி யில் பங்கு கொண்டு ஒத்துழைத்தார்.

இந்தநிலையில் அப்துல் காதிர் அலிகாரில் இருந்து இடமாற்றம் பெற்று ஊருக்குச் சென்று விட்டார். புதிய அதிபரின் அகம் முகத்தில் தெரிந்தது. பிணக்குகள் பிறக்கத் தொடங்கின. 1970 பொதுத் தேர்தல்வரை இந்த நிலை நீடித்தது. புதிய அரசாங்கத்தில் பாடவிதானக் குழுவில் நியமனம் கிடைத்து மீண்டும் கொழும்பு போனார்.

குருபீடம்

மிகவும் பிரசித்தி பெற்ற ஐந்து பாடசாலைகளில் ஆசிரியராகப் பணிபுரியும் வாய்ப்புக் கிடைத்தவர் எஸ்.பொன்னுத்துரை. எல்லா ஆசிரியர்களுக்கும் கிடைக்காத அரிய வாய்ப்பு இது.

மலைநாட்டில் கம்பளை ஸாஹிரா புகழ்பெற்ற பாடசாலை. மூவின மாணவர்களும் கல்வி கற்றார்கள். சிங்கள மாணவர்களே அதிகம். மட்டக்களப்பு மத்திய கல்லூரி, வந்தாறுமூலை ம.ம.வி ஆகியவற்றில் தமிழ் மாணவர்கள் பெரும்பான்மையாக இருந்தாலும், முஸ்லிம் மாணவர்களும் கணிசமான அளவு காணப்பட்டனர். காத்தான்குடி, ஏறாவூர் பாடசாலைகளில் முஸ்லிம் மாணவர்களே பெரும்பான்மையாக இருந்தனர்.

காத்தான்குடி, ஏறாவூர் மாணவர்களைவிட மட்டக்களப்பு மத்திய கல்லூரி முஸ்லிம் மாணவர்கள் பொன்னுத்துரையுடன் மிக்க நெருக்கத்தில் இருந்தனர். அக்கல்லூரியில் நீண்ட காலம் கற்பித்தமையும் மாநிலம் முழுவதும் 'பிட்டும் தேங்காய்ப்பூவு மாகக்' கிடந்த வெளியூர் மாணவர்கள் அங்கிருந்தனர் என்பதும் அதற்குக் காரணமாக அமையலாம்.

பொன்னுத்துரை அவர்கள் முஸ்லிம் சமூகத்தைப்பற்றி இரண்டு ஊர்களிலும் கற்றுக் கொண்டதைவிட, கம்பளையில் அதிகம் கற்றுக் கொண்டார். அங்கு தங்கி இருந்தமை இதற்கான காரணமாகும்.

அதிபர் ஜே.எம்.எம்.அப்துல் காதிருடன் நெருக்கமான உறவு இருந்தது. அதிபர் பதியுத்தீன் மகுமூதிடம் பகிரங்க முரண்பாடுகள் தோன்றவில்லை. பதியுத்தீன் மாணவர் நலன் பேணும் ஒருவரே தவிர, பாடசாலைக்குள் அரசியலை விற்கவில்லை. ஆனால் அப்துல் காதிருக்குப் பின்னரான காத்தான்குடி, ஏறாவூர் அதிபர்கள் பொன்னுத்துரையுடன் பகிரங்க முரண்பாட்டில் இருந்தனர். இவர்கள் இருவரும் மாணவர் நலனைவிட பாடசாலைக்குள் அரசியல் நலனில் குறியாக இருந்தனர். ஏறாவூர் அலிகாரில் பொன்னுத்துரையின் பாடங்களை பறித்தெடுத்து புதிதாக முளைத்த முஸ்லிம் பட்டதாரிகளுக்கு அவற்றை வழங்கியதன் பின்னால்

இனவாதம் அல்ல அரசியல்வாதிகளின் ஆதரவாளர்களைத் தாஜா பண்ணுவதே குறியாக இருந்தது.

சவால்கள் நிறைந்தது அவரின் சரித்திரம்

அடிக்குறிப்பு

1. ஜெமீல்.எஸ்.எச்.எம். இலங்கைப் பாராளுமன்றத்தில் முஸ்லிம்கள் பக் 23

அத்தியாயம் 8

உலாவும் விழாவும்

கொழும்பு சென்று பாடவிதான அமைப்பிலே பணிபுரிந்த எஸ்.பொ அங்கு சிறிது காலம் தமிழ் பாடநூல் சபையின் துணைத் தலைமைப் பதவியிலும் இருந்தவர். கொள்கை வேறுபாடு காரணமாக அப்பதவியைத் துறந்து வாழைச்சேனை வந்தார்.

எஸ்.பொன்னுத்துரை கல்விப்பணி செய்த பாடசாலைகளின் பட்டியலில் வாழைச்சேனை தமிழ் மகா வித்தியாலயமும் அடங்கும். ஏனைய பாடசாலைகளின் மாணவர்களுக்கு கற்பிக்கும் குருவாக இருந்தார். வாழைச்சேனையில் ஆசிரியர்களுக்குத் தலைமை தாங்கி பாடசாலையைப் பரிபாலிக்கும் நிர்வாகப் பதவியில் அமர்ந்தார். அதிபர் உலா ஆரம்பமானது. நுழைவாயில் தமிழ் விழா முளை கட்டியது.

வாழைச்சேனையில் காகிதத் தொழிற்சாலையும் பாசிக்குடா கடற்கரையும் அமைந்துள்ளன. அயலில் வாழைச்சேனை முஸ்லிம் பகுதி, மீராவோடை, ஓட்டமாவடி ஆகிய முஸ்லிம்கள் அடர்த்தியாக வாழும் பகுதிகளும் இருந்தன. இவர்களுக்கென்று முஸ்லிம் பாடசாலைகள் தனித்தனியாக இருந்தன. ஆனால் தமிழ் மாணவர்களுக்காக வாழைச்சேனை தமிழ் மகாவித்தியாலயம் மட்டுமே செயல்பட்டு வந்தது.

இப்பாடசாலையின் ஆரம்பப் பிரிவு சற்றுத் தள்ளி வீதியின் மறுபுறத்தில் அமைந்துள்ளது. அதன் அருகில் இந்துக் கோயில்

உண்டு. அதிபர் விடுதியும் ஆசிரியர் விடுதியுமாக தங்குமிட வசதிகளும் காணப்பட்டன. அதிபர் அதனைப் பயன்படுத்தாமல் தினமும் மட்டக்களப்பு வீட்டிலிருந்தே கடமைக்கு வந்தார்.

இப்பாடசாலையில் சிறிய எண்ணிக்கையில் கிறிஸ்தவ மாணவர்களும் பயின்றார்கள். காகிதத் தொழிற்சாலையில் பணிபுரியும் கிறிஸ்தவ ஊழியர்களின் மனைவியர் சிலர் ஆசிரியைகளாகப் பணி செய்தார்கள்.

மத வேறுபாடுகள், இன முரண்பாடுகள் தோன்றாதவகையில் பாடசாலை நிர்வாகம் நடந்து கொண்டது. இதனைச் சகித்துக் கொள்ளாத சிலர் அவருக்கு எதிராக துவேசம் கக்கிய செயற்பாடுகளும் இடம் பெற்றதுண்டு.

இவ்வித்தியாலயம் நடத்திய விழாவொன்றிலே முஸ்லிம்கள் தொடர்புபட்ட சிறுகுறிப்பொன்றை இடுதல் இங்கு பொருத்தமானது.

மட்டக்களப்பிலே பிராந்திய தமிழ்விழா 1976 இல் நடைபெற்றபோது அதன் செயற்பாடுகளில் எஸ்.பொன்னுத்துரையின் பங்குபற்றுதலும் குறிப்பிடத்தக்க அளவில் இருந்தது. தான் அதிபராக இருக்கும் வாழைச்சேனை தமிழ் மகாவித்தியாலயத்தின் பங்களிப்பு இந்த மகாநாட்டிலே இடம் பெறுதல் சகாயமானது என அவர் விசுவாசித்தார். எனவே மகாநாட்டுக்கு முதல் நாள் 'நுழைவாயில் தமிழ்' என்ற பெரும் நிகழ்வொன்றை நடத்திக் காட்டி வித்தியாலயத்தின் பெருமையை நிலைநாட்டினார். தமிழர் விழாவாக அல்லாமல் அதிபர் நினைத்தபடி தமிழ் விழாவாக நடைபெற்றதனால் தமிழர்கள் மட்டுமல்லாது முஸ்லிம் மக்களும் பெருமளவில் இந்நிகழ்வில் கலந்து கொண்டார்கள். வாழைச்சேனையில் நடைபெற்ற தமிழ் விழாக்களில் இதுவே முதன்மையானது.

பாடசாலையின் அயலில் முஸ்லிம் மக்களின் குடியிருப்புகள் அமைந்து காணப்பட்டன. எனவே அவர்களுடன் சகஜமான உறவினைப் பேண அதிபருக்கு இந்நிகழ்வு உதவியாய் அமைந்தது.

இந்நிகழ்வின் செயற்பாடுகளில் தமிழர்களைப் போலவே முஸ் லிம்களும் இணைந்து பணி செய்தனர். அவருடைய இலக்கிய நேசிப்பில் தலைநிமிர்ந்தவர்கள் என்ற வகையில் ஓட்டமாவடி ஆசிரியர் ரி.எல்.எம். புகாரி, மக்கத்துச் சால்வை எஸ்.எல்.எம். ஹனிபா, பிரதேச செயலர் இப்றாஹிம் மற்றும் வை.அகமது ஆகியோர் 'நுழைவாயில் தமிழ்' நிகழ்வின் உழைப்பிலே பெரும் பங்களிப்பை நல்கினர். வை.அகமது சமகாலத்தில் வாழைச் சேனை முஸ்லிம் மகாவித்தியாலயத்தின் அதிபராகவும் இருந்தவர்.

'நுழைவாயில் தமிழ்' நிகழ்வின் வெற்றிக்கும் இது அடிப் படையாய் அமைந்ததுடன் எஸ்.பொன்னுத்துரை ஆசிரியராகவும் அதிபராகவும் தொழில் செய்து பெற்ற மகிமையை ஏனையோர் அறிந்து கொள்ளவும் இந்நிகழ்வு வாய்ப்பாக அமைந்தது.

அத்தியாயம் 9

பறப்பும் கறுப்பும்

கால்நூற்றாண்டு காலமாக தாய் நாட்டின் கல்விப் புலத்தில் பிரபல தமிழ் ஆசிரியராகவும் இலக்கிய நிலத்தில் புகழ்பெற்ற எழுத்தாளராகவும் அறியப்பட்ட எஸ்.பொன்னுத்துரை கல்விப் பணியில் தொழில் பெற்று நாடு கடந்து நைஜீரியாவுக்குச் சென் றார்.

ஆபிரிக்கக் கண்ட மேற்கு நாடுகளிடையே பொருளாதார பலமும் மக்கள் தொகைப் பெருக்கமும் கொண்ட நாடு நைஜீரியா ஆகும். முப்பத்தி ஆறு மாநிலங்களாக அது விரிந்து கிடக்கின்றது. ஐநூறுக்கு மேற்பட்ட இனக் குழுமங்கள் வாழுகின்றன. பெரும் பான்மை இனங்களாக முஸ்லிம்களும் கிறிஸ்தவர்களும் உள்ள னர். ஒவ்வொரு இனமும் தமக்கென தனித்துவ மொழியைக் கொண்டுள்ளது. ஆங்கிலம் தேசிய மொழி. போதனா மொழி யாகவும் வாணிப மொழியாகவும் அம்மொழியே பயன்பாட்டில் உள்ளது.

நைஜீரியாவின் வடமாநிலங்களில் முஸ்லிம்களே பெருந் தொகையினர். அங்குள்ள சொக்கொட்டோ மாநிலத்தின் பெர்னின் கெபி நகரத்தில் ஹலிறு அப்டு (Haliru Abdu) ஆசிரிய பயிற்சிக் கலாசாலை உள்ளது. அங்கு ஆசிரியர்களாகப் பயிற்சி பெறும் மாணவர்களுக்கு ஆங்கிலத்தில் இலக்கியம் கற்பிப்பதற்காக எஸ். பொன்னுத்துரை 1981 முற்பகுதியில் நியமனம் பெற்று நைஜீரியா சென்றார்.

அக்கல்லூரியில் சுமார் ஆயிரத்து முன்னூறு மாணவர்கள் இருந்தனர். இலங்கை, இந்தியா, பாகிஸ்தான், பிலிப்பைன்ஸ் போன்ற நாடுகளிலிருந்து வந்த வெளிநாட்டவர்களே பெரும் தொகையில் ஆசிரியர்களாக வாழ்ந்தனர். ஐந்து ஆறு பேர் மட்டி லேயே நைஜீரியர்கள். எஸ்.பொன்னுத்துரை ஆங்கிலத் துறைத் தலைவராகப் பணியாற்றினார்.

நைஜீரிய வாழ்க்கை பற்றிக் குறிப்பிடும் பொன்னுத்துரை அங்கு தன்னுடன் நட்பாகவும் உதவியாகவும் பழகிய பலரையும் நினைத்துப் பேசியுள்ளார். அவர்களில் ''புவனேந்திரன், ஸ்ரீகந்த ராஜா, பூபால், அருளானந்தம், யோகரத்தினம் ஆகியோர் அடங் கிய தமிழர்களும் சில்வா, லோகங்கே போன்ற சிங்களவர்களும் பழீல், ஜலீல் என அழைக்கப்பட்ட முஸ்லிம்களும் இருந்தனர்'' என்று பட்டியலிட்டுள்ளார். குவாரா மாநிலத்தில் சுலைமானின் வீட்டில் முதன் முதலாக Yam கிழங்கு உருண்டை சாப்பிட்டுள்ள தாகவும் இதே சுலைமானுடன் பியர் பார்லர்களுக்குச் சென்று வந்ததாகவும் குறித்துள்ளார்.

நைஜீரியாவில் தன்னுடன் மிக நல்ல நட்புடன் வாழ்ந்தவர் களாக ஏற்கனவே சொன்ன பழீல், ஜலீல் ஆகியோரைக் குறிப் பிட்டுள்ள எஸ்.பொ ''இந்த இருவரும் தமிழ் கலை இலக்கியங் களிலே மிகுந்த ஈடுபாடு கொண்டவர்கள் என்பதனாலும் தன்மீது அவர்கள் அன்பும் மரியாதையும் பாராட்டினார்கள்'' என்று மனம் திறந்து பேசியுள்ளார்[(1)] இவர்கள் இருவருடனும் சேர்ந்து 'சோட் டைக்காக' வங்கிறைச்சி சாப்பிட்டு மகிழ்ந்திருக்கிறார். வங் கிறைச்சி என்பது கஞ்சா இலைகள் சேர்த்துச் சமைத்த இறைச்சிக் குழம்பு ஆகும்.

எஸ்.பொன்னுத்துரையின் வாழ்வின் அங்கமாக எப்பொழுதும் முஸ்லிம்கள் இருந்து வந்துள்ளனர் என்பதையும் ஆபிரிக்கக் கண்டம்வரை அது நீடித்தது என்பதையும் இக்குறிப்புகள் தெளிவு படுத்துகின்றன.

நாட்டிலும் அதற்கு வெளியிலும் இன, மத, பேதம் காணாது சமரசம் பேண விழையும் எஸ்.பொவின் வாழ்வியல் போக்கிலே

மாற்று இன மத நட்புகள் பசையாக ஒட்டிக் கொள்வது ஒன்றும் புதிய விஞ்ஞானமல்ல. இந்நூல் அதனை ஐயமின்றி சான்றுப் படுத்தும்.

சேதாரம்

''எழுத்து என் தவம்'' என்று வாழ்ந்த எஸ்.பொவின் சரிதை யிலே நைஜீரிய வாழ்வு சாதித்தது என்ன?

ஆபிரிக்காவைக் கையிலெடுத்து பரிபாலனம் செய்து கொண்டி ருந்த வெளிச்சக்திகளின் அழிச்சாட்டியங்களுக்கு எதிராக சுதேச இலக்கியங்கள் கலாசார பண்பாட்டு விழுமியங்களின் வேர்களைத் தேடிய படைப்புகளாக வெளிவந்தன. அவற்றின் சுவாசங்களை உள்வாங்கிய எஸ்.பொ அதன் தகிப்பினால் அவற்றை மொழி பெயர்க்கச் சித்தம் கொண்டார்.

'ஆங்கிலத்தில் இலக்கியம்' புகட்டும் உழைப்பின்போது பெற்ற ஓய்விலே, அத்தாங்கு கொண்டு மீன்களை வடித்தெடுக்கும் பாங்கில் உலக இலக்கியங்களை தேடித் தேடி வாசித்தார். முத லாம் இரண்டாம் உலகங்களின் இலக்கியத்திலும் ஆபிரிக்காவை உள்ளடக்கிய மூன்றாம் உலக நாடுகளின் இலக்கியத்தின் உயிர்மை மேன்மையானது என்பதை அவர் வாசித்த பனுவல்கள் அவருக்கு அடித்துச் சொல்லியது.

இலங்கை மீண்ட பின்னர் ஆபிரிக்கக் கண்டத்துப் படைப்பு களிலிருந்து நுட்பமாகத் தேர்வு செய்த பதின்மூன்று (13) நாவல் களைத் தமிழுக்கு மொழிபெயர்த்துத் தந்தார்.

'தடம் பதித்த ஆபிரிக்க படைப்புகள்' என்ற தொடரில் அவர் தமிழில் மொழிபெயர்த்த ஆபிரிக்க நாவல்கள் பலவற்றில் 'சுன் னத்துக் கல்யாணம்' மற்றும் அதுபோன்ற இஸ்லாமிய கலாசார பண்பாட்டுக் கோலங்கள் பற்றிப் பேசிய நாவல்களும் அடங்கும். கறுப்புக் குழந்தை, தூக்கணாங்குருவிகள், மிரமார் போன்ற நாவல்களை இதற்கான உதாரணங்களாகக் கொள்ளுதல் தகும்.

பதினான்காவது நாவல் வெளிவர இருந்த நிலையில் எம்மை விட்டுப் பிரிந்தார்.

''நைஜீரிய நாட்டிலே நான் சுமார் எட்டாண்டு காலம் பணி புரிந்துள்ளேன். இந்த அநுபவங்கள் என் வாழ்க்கையின் நோக்கங் களையும் இலக்கிய ஊழியத்தையும் மிகவும் பாதித்துள்ளன என் பதை இப்பொழுது நிதானிக்க முடிகிறது'' என்ற அவரின் கூற்று நமக்கான சேதாரமாகும்.[2]

அடிக்குறிப்பு

1. எஸ்பொ வரலாற்றில் வாழ்தல் பக் 1577
2. மேற்படி பக் 1523

அத்தியாயம் 10

விழைந்ததும் விளைந்ததும்

எஸ்.பொன்னுத்துரை வெளிப்படுத்திய எழுத்தாற்றலுக்கும் தமிழிலக்கிய அங்கீகாரத்துக்கும் அப்பால் பாடசாலைகளில் அவர் விதைத்த ஆசிரியப் பணிகளின் முறைமையூடாகத் தேடிய விலாசமும் வெற்றிகளும் பேசப்பட வேண்டிய அளவு பெரியது.

தமிழ், ஆங்கிலம், இலத்தீன் ஆகிய மொழிகளில் தேர்ச்சியுடைய ஒருவராக அவர் திகழ்ந்தார். மாணவர்களிடையே மொழித் திறனையும் இலக்கிய ஆர்வத்தையும் தூண்டினார். எழுத்து முயற்சிகளுக்கு வழி காட்டினார். நாடகங்களில் நடிக்க வைத்தார். இன மத பிரதேச வேறுபாடுகளைக் கிள்ளி எறிந்து பாடசாலைகளில் சமரசத்துக்கு ஆதரவாக நின்றார். மாணவர் சமூகம் தலை நிமிர்ந்தது. பாடசாலைகள் அவரால் பிரபலம் பெற்றன.

தனது ஆசிரிய வாழ்க்கையை ஊர்வாவல்துறை புனித அந்தோனியார் கல்லூரியிலே ஆரம்பித்து கம்பளை ஸாஹிராவிலே தொடர்ந்தார். அங்கிருந்து மட்டக்களப்பு மத்திய கல்லூரி, வந்தாறுமூலை மத்திய கல்லூரி, கொழும்பு விவேகாநந்தா தமிழ் வித்தியாலயம், காத்தான்குடி மத்திய மகாவித்தியாலயம், ஏறாவூர் அலிகார் மகா வித்தியாலயம், தெமட்டக்கொட புனித மத்தேயூ கல்லூரி ஆகிய பாடசாலைகளிலே தன்னால் ஆன பணிகளைச் சிறப்புறச் செய்து முடித்தார். வாழைச்சேனை தமிழ் வித்தியாலயத்தின் அதிபராகவும் பதவி வகித்தார். பின்னர் வெளிநாட்டுக் கல்விச் சேவையில் இணைந்து நைஜீரியா சென்றார்.

எஸ் பொன்னுத்துரை அவர்களின் மாணவர் உறவு வியக்குமளவு விரிந்து கிடந்தது. அவரது ஆசிரிய மேன்மையை மாந்தி மகிழ்ந்த மாணவர்கள் பல ஆயிரங்கள். சிங்களம், தமிழ், முஸ்லிம் என்ற 'அடைப்புக்குறி உறவு' அவரின் நிகழ்ச்சி நிரலில் என்றும் இடம் பெற்றதில்லை. சந்தர்ப்பம் கிடைக்கும் போதெல்லாம் மாணவர்கள் பற்றி எழுதவும் பேசவும் அவர் தவறியதுமில்லை. வரலாற்றில் வாழ்தல் மற்றும் இஸ்லாமும் தமிழும் ஆகிய நூல்களின் பக்கங்கள் சிலவற்றை மாணவர்களின் நினைவுகள்தான் நிரப்பியுள்ளன. தவிர்க்க முடியாமல் சில பெயர்களை மாத்திரம் குறித்து எழுதி மகிழ்ந்துமிருக்கிறார். நேரடியான சந்திப்புகளின்போது சிலரது பெயர்களை உச்சரித்து விசாரித்த நிகழ்வுகளும் உண்டு.

அவற்றையெல்லாம் தொகுத்தால் பல முஸ்லிம் மாணவர்களின் பெயர்கள் அணிவகுத்து வரும்.

ஆசிரியர் பொன்னுத்துரை மீதான முஸ்லிம் மாணவர்களின் ஒட்டுறவு பற்றி தன் மனதிலே மண்டிக் கிடந்ததை இவ்வாறு அவர் வெளியிலே கொண்டு வந்தார்.

"அபூர்வ விசுவாசங்களும் நேசிப்புகளும் பாசங்களும் எனக்கு மட்டக்களப்பு மாநிலத்தில் முஸ்லிம் மாணவர்களிடமிருந்து பூரணமாகக் கிடைத்தன. ஓர் உயரிய குரு விசுவாசப் பண்பு மட்டக்களப்பு மண்ணில் முஸ்லிம் சமூகத்தினால் உயிர்ப்புடன் வளர்க்கப்படுகிறதென்பதை நன்றியுடன் பதிவு செய்கின்றேன்''.

அவர் உரத்துப் பேசிய உண்மைகளில் இதுவுமொன்று. அவரின் வரலாற்றில் வாழ்தல் நூலில் பக்கம்-1556 இல் இதனை வாசிக்கலாம்.

அத்தியாயம் 11

விதியும் கதியும்

இந்த அத்தியாயம் பிரபல நாவலாசிரியர் செ.கணேசலிங்கத் துடன் ஆரம்பமாகின்றது.

இவர் எழுபதுக்கு மேற்பட்ட நாவல்களை எழுதியவர். அதன் மூலம் இலங்கையில் ஆகக் கூடுதலான நாவல்களை வெளியிட்டு சாதனை புரிந்தவர். இடதுசாரிச் சிந்தனைகள் தாங்கி சிவப்பு வர்ணம் பூசிய குமரன் என்ற சஞ்சிகையின் ஆசிரியர். 1970 களின் ஆரம்பத்திலிருந்து 1980 களின் இறுதிவரை அது வெளிவந்தது. எஸ்.பொன்னுத்துரையுடன் யாழ்ப்பாணம் பரமேஸ்வரா கல்லூரி யில் ஒன்றாகப் படித்தவர்.

கணேசலிங்கத்தின் திருமணம் கொழும்பு வெள்ளவத்தையில் 30.10.1960 இல் நடைபெற்றது. அவர் பேணிய செழுமையான நட்பின் காரணமாக திருமண நிகழ்வில் கலந்து கொள்வதற்காக பொன்னுத்துரை மட்டக்களப்பிலிருந்து கொழும்பு வந்திருந்தார். தகவல் அறிந்த மற்றொரு நாவலாசிரியரான இளங்கீரன் தான் தங்கியிருக்கும் ஆதிருப்பள்ளித் தெருவிலுள்ள ரெயின்போ அச்ச கத்துக்கு வந்து சந்திக்குமாறு எஸ்.பொவை அழைக்கிறார். ரெயின்போ அச்சக உரிமையாளர் எம்.ஏ.ரஹ்மானுக்கு இளங் கீரனால் எஸ்.பொன்னுத்துரை 29.10.1960 இல் அறிமுகம் செய்து வைக்கப்படுகிறார்.[1]

அந்த நாள் எம்.ஏ. ரஹ்மான் எஸ்.பொன்னுத்துரை ஆகிய இருவரும் முதன் முதலாக சந்தித்த நாள். ஈழத்துத் தமிழ்

இலக்கியத்தின் விதியும் கதியும் அவ்விருவராலும் புதிய திசை யிலே செழுமையுடன் கொண்டு செல்லும் பயணம் கருக்கட்ட ஆரம்பித்த நாள்.

அடுத்த நாள் திருமண நிகழ்வில் கலந்து விட்டு மூவரும் திரும்புகின்றனர். இளங்கீரனும் ரஹ்மானும் விடுத்த அன்பும் மரியாதையும் கலந்த அழைப்பையேற்று அவர்களுடனேயே பொன்னுத்துரை அன்றைய இரவைக் கழித்தார். அன்றிலிருந்து எஸ்.பொ கொழும்பு வரும்போதெல்லாம் ரஹ்மானுடன் ரெயின் போ அச்சகத்திலேயே தங்கலானார்.

இளம்பிறை எம்.ஏ.ரஹ்மான்

தென்னிந்தியா திருப்புத்தூர் என்ற இடத்தைச் சேர்ந்தவர். வசதி யுடன் வாழ்ந்த வர்த்தகரான யூசுப் ராவுத்தருக்கும் தாய் சைனப் பீபி அவர்களுக்கும் மகனாகப் பிறந்தவர். இவரது மூத்த சகோதரி சரீபா. அவரை மௌலவி அப்துல் காதிர் திருமணம் செய்திருந்தார்.

அரபு மொழியில் பாண்டித்தியம் பெற்றவரான மௌலவி அப்துல் காதிர் கொழும்பு புறக்கோட்டை மூன்றாம் குறுக்குத் தெருவில் அமைந்திருந்த பள்ளிவாசலில் ஐவேளை தொழுகை நிறைவேற்றும் பணியின் தலைமையான பேஷ் இமாமாக சில காலம் கடமை புரிந்தார். முதலாம் குறுக்குத் தெருவில் இவருக் கெனத் தனியான புடைவைக் கடையொன்றும் இருந்தது.

மௌலவி காதிர் தனது மைத்துனரான ரஹ்மானை 1948 இல் இலங்கைக்கு வரவழைத்தார்[2] வெலிகமவிலுள்ள அல் மத்ரசதுல் கிழ்றிய்யா என்னும் அரபுக் கல்லூரியில் மார்க்கக் கல்வி கற்கச் சேர்த்தார்.

எம்.ஏ.ரஹ்மான் அரபுக் கல்லூரியில் படிப்பைத் தொடர்கின்ற காலத்திலேயே கையெழுத்துச் சஞ்சிகைகளை வெளியிடுவதற் காக பயிற்சிக் கொப்பிகளை பயன்படுத்தும் இலக்கிய ஆர்வல ராக இருந்தார். முழுமை பெற்ற மௌலவியாக அவர் வெளி வரா விட்டாலும் தமிழ் நாட்டிலிருந்து வெளியாகும் தமிழ் இலக்கியச் சஞ்சிகைகளை எப்படியோ பெற்று தனது இலக்கிய

முன்னெடுப்புகளுக்கு நீர் வார்த்தார். இந்தப் பின்னணியில்தான் கொழும்பில் ரெயின்போ அச்சகம் உருவானது. பின்னர் அரசு வெளியீட்டை நிறுவினார். தமிழ் பேசும் மக்களிடையே முஸ்லிம் கலாசாரத் தூதுவனாய் அமையத்தக்கதாக இளம்பிறை[3] என்னும் இலக்கியச் சஞ்சிகையை வெளிக்கொணர்ந்தார்.

அரசு நிர்ப்பந்தத்தின் பேரில் ரஹ்மான் இந்தியாவில் குடியேற விரும்பி **1976** இல் அங்கு சென்றார். பெற்றோரின் ஏற்பாட்டில் தமிழ்நாடு மேலூரில் திருமணம் செய்தார். அவருக்கு இரண்டு பெண் குழந்தைகள். சென்னையில் அமைதியான வாழ்க்கை. அந்த அமைதியிலும் அவருடையதும் பிறருடையதுமான முப்பதுக்கு மேற்பட்ட நூல்கனை தமிழ்நாட்டில் இளம்பிறை பிரசுரம் மூலம் வெளியிட்டு இலக்கியத்தின் மீதான தனது கரிசனையை எண்பித்து வருகிறார். இன்றுவரை இலங்கையிலும் இந்தியாவிலுமாக அறுபத்தாறு நூல்களை அவர் வெளியீடு செய்துள்ளார் என்பது அவரின் வரலாற்றின் ஒரு கணியமாகும்.

எம்.ஏ.ரஹ்மான் பற்றி எஸ்.பொ. பின்வருமாறு பதிவுசெய்கிறார்.

''என்னுடைய இலக்கிய ஆற்றல்களிலே அவருக்கு அதீத நம் பிக்கை இருந்தது. முற்போக்கு இலக்கியப் படைப்பாளிகள் அனைவரும் தனி ஒருவனான எனக்கு ஈடாக மாட்டார்கள் என்று பகிரங்கமாகப் பேசியும் வந்தார். அநுமன்கூட சாம்பவானின் கூற்றுக் கேட்டுத்தான் தன் சக்தியை உணர்ந்ததாக சொல்வார்கள் என் பலம் முழுவதையும் உணரச் செய்தவர் ரஹ்மான்.[4]

ஸாஹிரா மகாநாடு

எஸ்.பொ. எம்.ஏ.ரஹ்மான் ஆகியோருக்கிடையிலான உறவு பலமடைய 'சேலைன் பாய்ச்சிய' சம்பவம் தான் ஸாஹிரா மகாநாடு ஆகும்.

இம்மகாநாட்டில் இடம் பெற்ற சண்டித்தனத்தின் பின்னணி என்ன?

இலங்கை முற்போக்கு எழுத்தாளர் சங்கம் அறுபதுகளின் ஆரம்பத்தில் மார்க்சிய சித்தாந்தங்கள் மட்டுமே தமிழ் இலக்கியப்

படைப்பு முயற்சிகளின் உட்பொருளாக அமைதல் வேண்டுமென்று இயங்கத் தொடங்கியது. சமூகம் சார்ந்த பார்வை என்று அத்தர் பூசி இதனைச் சாதிக்க முனைந்தது.

எஸ்.பொன்னுத்துரை இதற்கு எதிரான கருத்தைக் கொண்டிருந்தார். இலங்கை முற்போக்கு எழுத்தாளர் சங்கம் என்பது வெறுமனே இடதுசாரித்துவத்தை மட்டும் முன்னெடுக்கும் கம்யூனிஸ்ட் கட்சியின் தொழிற்சங்கமாக அல்லாமல் கலை இலக்கிய தமிழ்த் துவத்தையும் சமாந்தரமாகக் கொண்டு செல்லும் அமைப்பாகவும் இயங்க வேண்டுமென்று திருத்தத்தை முன்வைத்தார்.

பொன்னுத்துரையின் அணுகுமுறையினை அனுமதித்தால் முற்போக்கு எழுத்தாளர் சங்கம் தம்மிடமிருந்து கை நழுவிப் போய்விடும் என்ற நடுக்கத்தினால் முற்போக்காளர்கள் சண்டித்தனத்தை முன்னெடுக்க மறைமுகமாகத் தீர்மானித்து நடவடிக்கைகளில் இறங்கத் தொடங்கினார்கள். அதன் தெளிவான அத்தாட்சிதான் ஸாஹிரா மகாநாடு ஆகும்.

மகாநாடு கொழும்பு ஸாஹிராவில் 28.04.1962 இல் தொடங்கி இருநாள் நடைபெற்றது. அதிலே கலந்து கொள்ளும் எஸ். பொன்னுத்துரை மீது திட்டமிட்டவகையில் தாக்குதல் நடத்த முயற்சிக்கப்பட்டது. பேராசிரியர் க.கைலாசபதியின் பிடிக்குள் இருந்த முற்போக்கு எழுத்தாளர் சங்கத்தின் குறிப்பிட்ட சிலர் தாக்குதலுக்குத் தயாராக வந்திருந்தார்கள்.

சில 'புறூட்டஸ்களும்' கூட்டத்தில் கலந்து கொண்ட எழுத்தாளர் அல்லாதவர்களும் எஸ்.பொன்னுத்துரையைத் தாக்க முனைந்தனர். இளங்கீரனும் இன்னும் சிலரும் எதுவும் தெரியாதவர்கள் போல மேடையில் அமர்ந்திருந்தனர். எஸ்.பொ.வுக்கு விசுவாசமான நண்பர்களால் பொன்னுத்துரை பாதுகாக்கப்பட்டு பத்திரமாக மண்டபத்துக்கு வெளியே கொண்டுவரப்பட்டார்.

அதேநேரத்தில் ரஹ்மான் எங்கே என்று சத்தமிட்டவாறு எம். எஸ்.எம். இக்பாலும் இன்னும் சிலரும் அவரை நோக்கி ஓடி வந்தனர். அச்சமயம் ரஹ்மான் எழுந்து நிற்க எஸ்.குருசாமி

என்னும் இலக்கியப் பிரமுகர் ரஹ்மானைத் தன்னுடன் இணைத்துக் கொண்டார். நண்பர்களால் ரஹ்மானும் வெளியே கொண்டு வரப்பட்டார்.

இரண்டு வருடங்களாக முற்போக்கு எழுத்தாளர் சங்கம் எஸ். பொவுக்கு எதிராக மறைந்திருந்து வீசிய வீண் புரளிகளும் விசம் நிறைந்த பிரச்சாரங்களும் மகாநாட்டிலே அரங்கேறியது.

இலங்கையிலிருந்து வெளியாகும் 'ஞானம்' சஞ்சிகை எஸ். பொ.வை 2004 மார்ச் மாதம் பேட்டி கண்டபோது இந்த மகாநாடு பற்றியும் வினாத் தொடுத்தது.

ஞானம்: ஸாஹிரா மகாநாட்டில் தங்களை அடித்து நொறுக்கக் கம்யூனிஸ்ட்டுகள் முயன்றதாக வ.அ. இராசரத்தினம் தனது கட்டுரையொன்றிலே பதிவு செய்துள்ளார். என்ன நடந்தது?

எஸ்.பொ : ''எழுத்தாளன் கம்யூனிஸ்டாக இருக்கலாம். ஆனால் கம்யூனிஸ்ட்கள் எல்லோரும் எழுத்தாளராக இருக்க முடியாது என்று சொன்னேன். இதனைச் சொன்னபோது அதனுடைய சூட்சுமம் சட்டென்று சிலருக்குப் புரிந்து விட்டது. இதனால் இலக்கிய உலகத்திற்கு என்னால் அறிமுகப்படுத்தப்பட்டவர் என்று நான் உரிமை பாராட்டக் கூடிய நீர்வை பொன்னையன் எழுந்து எனக்கு எதிர்க்கோசமிட, துறைமுகத்திலே வேலை செய்யும் தொழிலாளர்கள் கதிரைகளைத் தூக்கி என்னை அடிக்க வந்தார்கள். இதை இலக்கிய நெஞ்சங்கள் யாராவது தமிழ் ஊழியத்தின் ஒரு அங்கமாக ஏற்றுக் கொள்வார்களா? இத்தகைய ஒரு படுபாதகநிலையில் ஓர் எழுத்தாளர் சங்கம் திசைமாறி கம்யூனிஸ்ட் கட்சியினுடைய ஏவல் நாயாகக் குரைக்கக் கூடிய எழுத்தாளர் சங்கத்தை நடத்த விரும்புகின்றது என்ற ஞானம் அப்போதுதான் எனக்குச் சடுதியாக உதயமாயிற்று''.[5]

இச்சம்பவம் பற்றி எம்.ஏ.ரஹ்மான் பின்வருமாறு பதிவு செய்திருக்கிறார்

''இருவரும் இணைந்தோம். என் வசம் இருந்த பிரசுர வசதிகளை அவருடைய எழுத்துப் போருக்குப் பயன்படுத்தலாம் என்று

கூறினேன். அவருக்கு அந்த நிலையில் பற்றுக் கோடாக இருந்தது என் இந்த ஆதரவு மட்டுமே".[6]

இந்தியாவுக்குத் திரும்பிச் செல்லும்வரையான பதினாறு வருடங்களுக்கும் கூடுதலான காலம் ரஹ்மானுடன் பூவும் மணமுமாக வாழ்ந்தவர் பொன்னுத்துரை.

ஒரு தடவை ரஹ்மானின் தாய்க்குச் சுகமில்லையென்றும் அவர் தனது மூத்த மகன் ரஹ்மானை எப்படியும் பார்க்க விரும்புவதாகவும் செய்தி கிடைத்தது. வழமையான முறையில் பிரயாணத்தை ஏற்பாடு செய்தால் தாமதமாகலாம் என்ற நிலையில் கடல் வழியாக இரகசியமாக தமிழ்நாடு போக ரஹ்மான் தயாரானார். அந்த வேளையில் பொன்னுத்துரை தனது அரசாங்கத் தொழிலைப் பணயம் வைத்து அவருடன் இணைந்து களவாக தமிழ்நாடு சென்றார்[7] என்பது அவர்களிடையே இருந்த கட்டித்த நட்பின் அடையாளமாகும்.

எஸ்.பொன்னுத்துரை பதிவொன்றில் "ரஹ்மான் நிறைகுடம். தமது புகழை அநியாயமாக மலிவிக்க விரும்பாதவர். புகழ்பற்றிய பிரஸ்தாபத்தில் கூச்சப்படும் இயல்பினர். அன்பிற்கு அல்லது நிர்ப்பந்தத்திற்கு மசிந்தே மேடைச் சொற்பொழிவுக்கான அழைப்பிதழை ஏற்றுக் கொள்வார். 1963ம் ஆண்டு அவர் சாகித்திய மண்டலம் எடுத்த பெருவிழாவிலே பேச்சாளராக அழைக்கப்பட்டார். தமது கருத்துக்களை சுருக்கமாகவும் தெளிவாகவும் பேசுவதில் வல்லவர்" என்று வாக்குமூலம் அளித்திருக்கிறார்.[8]

அவர்கள் இருவருக்குமிடையே எப்பொழுதும் அப்பழுக்கற்ற நட்பு நிலவியது என்பதை இந்த அத்தியாயம் நன்றாகவே எண்பிக்கின்றது.

இளம்பிறை ரஹ்மான் விளைத்த இலக்கியப் பங்களிப்புபற்றி அடுத்த அத்தியாயம் பேசுகின்றது. வாருங்கள். அதனூடாகவும் எஸ்.பொ - ரஹ்மான் தொடர்பினை நாம் நுகரலாம்.

அடிக்குறிப்பு :

1. இளம்பிறை ரஹ்மான் எம்.ஏ: சிறுகை நீட்டி பக்.1
2. எஸ்.பொ : வரலாற்றில் வாழ்தல் பக். 1019
3. இளம்பிறை முதலாவது இதழ் 1964 நவம்பர்
4. எஸ்.பொ : வரலாற்றில் வாழ்தல் பக். 896
5. எஸ்.பொ . தீதும் நன்றும் பிறர்தர வாரா. பக். 71
6. இளம்பிறை ரஹ்மான் எம்.ஏ: சிறுகை நீட்டி பக். 3
7. எஸ்.பொ : வரலாற்றில் வாழ்தல் பக். 1018 - 1022
8. எஸ்.பொ. இஸ்லாமும் தமிழும் பக். 105

அத்தியாயம் 12

மனமும் மணமும்

இலங்கையின் தமிழ் இலக்கிய வரலாற்றில் அறுபதுகள் மிக முக்கிய காலகட்டமாகும். அச்சந்தர்ப்பத்தில் இலக்கிய நகர்வுகள் கொஞ்சம் பரபரப்பாகவே இருந்தன.

இந்தச் சூழ்நிலையில்தான் 1961 ஆகஸ்ட் மாதம் பிரபல நாவலாசிரியர் இளங்கீரன் 'மரகதம்' என்ற பெயரில் இலக்கிய மாசிகை ஒன்றினை வெளியிட்டார். முதல் மூன்று இதழ்களிலும் எம்.ஏ.ரஹ்மான், ஆர்.கனகரத்தினம் ஆகிய இருவரும் இணைந்து ராம் ரஹீம் என்ற புனைபெயரில் 'இலக்கிய வட்டத்தில் ஒட்டிப் பிறவாத இரட்டையர்' என்ற தலைப்பில் தொடர் பத்தி ஒன்றை எழுதி இருந்தனர்.

முதல் இதழில் சில்லையூர் செல்வராசன், காவலூர் ராஜதுரை ஜோடியையும் இரண்டாவது இதழில் கைலாசபதி, சிவத்தம்பியையும் அடுத்து அ.ந.கந்தசாமி, எஸ்.பொன்னுத்துரை(1) ஆகியோரையும் அறிமுகம் செய்தனர்.

நான்காவதாக கே.கணேஷ், நா.சுப்பிரமணியம் (மலையக எழுத்தாளர்கள்) அடுத்து டானியல், டொமினிக் ஜீவா ஆகியோரை எழுத இருந்தநிலையில் பத்தியை தொடரட முடியவில்லை.

இந்தத் தொடரில் எஸ் பொன்னுத்துரையை அ.ந.கந்தசாமியுடன் பிணைத்த எம்.ஏ.ரஹ்மான் பிற்காலத்தில் தன்னோடு இலக்கிய உலகின் ஜோடியாக எஸ்.பொன்னுத்துரை இணைவார் என்பதை நினைத்திருக்கமாட்டார்.

காலம் மெதுவாக நகர்ந்து கொண்டிருந்தது. கொழும்பு ஸாஹிரா மகாநாட்டுக் குழப்பத்தின் பின்னர் அவர்கள் இருவரும் தங்களது கொள்கைகளோடு உடன்பாடு கண்டோரையும் இணைத்துக் கொண்டு இலக்கியத்தில் புதிது காணும் முயற்சியில் சளைக்காது ஈடுபட்டு வந்தனர். சடைத்து நிமிரவும் தொடங்கினர். இந்நிலை தொடர்ந்தால் இருவரும் தமிழிலக்கியப் பணியிலே தலைப்பாகை அணிவிக்கப்படுவார்கள் என்பதை ஊகித்துக் கொண்ட முற்போக்குக் குழுவினர், அவ்விருவர்மீதும் தனிப்பட்ட முறையில் தாக்குதலுக்கு ஆயத்தமானர்கள். யாழப்பாணம் சாகித்திய விழாவிலே குழப்பம் விளைவித்து இதனை உறுதிப்படுத்தினர்.

குறிப்பிட்ட சாகித்திய விழா யாழ்ப்பாணம் இந்துக் கல்லூரியில் குமாரசாமி மண்டபத்திலே 1963 இல் நடைபெற்றது. 1962 இல் பிரசுரமான புலவர்மணி ஏ. பெரியதம்பிப் பிள்ளையின் 'பகவத்கீதை வெண்பா', மகாவித்துவான் எப்.எக்ஸ்.சி நடராசா எழுதிய 'மட்டக்களப்பு மான்மியம்', வ.அ. இராசரத்தினத்தின் 'தோணி', அக்கரைப்பற்றைச் சேர்ந்த ஏ.ஆர்.எம்.சலீம் தந்த 'ஈழத்து முஸ்லிம் புலவர்கள்' ஆகிய நான்கு நூல்களுக்கும் அந்த விழாவிலே பரிசு கிடைத்தன.(2)

இவர்கள் நால்வரும் கிழக்கிலங்கையைச் சேர்ந்தவர்கள். அத்துடன் ஸ்ரீலங்கா சாகித்திய மண்டலப் பரிசினை முதல் தடவையாக கிழக்கிலங்கை நூல்கள் பெற்றமையும் இதுவே முதல் தடவை ஆகும். இதுபோன்ற பரிசுகளை கிழக்கிலங்கை எழுத்தாளர்கள் சுவைக்க வேண்டுமென்று தீராத ஆவல் கொண்டிருந்த ரஹ்மான், பொன்னுத்துரை ஆகிய இருவரும் சாகித்திய மண்டலத்தின் அறிவிப்பினால் மிக்க மகிழ்ச்சி அடைந்தார்கள்.

நான்கு நூல்களுள் தோணி, பகவத்கீதை வெண்பா ஆகிய இரண்டு நூல்களும் அரசு வெளியீடாகும். மற்றொரு நூலான ஈழத்து முஸ்லிம் புலவர்கள் என்ற நூல் எம்.ஏ.ரஹ்மானால் அவரது அச்சகத்திலேயே அச்சிடப்பட்டதாகும். அந்தப் பெருமையும் அவருக்கே உரியது.

இந்த விழாவிலே இளங்கீரன் எழுதிய 'நீதியே நீ கேள்' என்ற நாவலுக்கு பரிசு கிடைக்கவில்லை என்று முற்போக்குக் கூட்டணி கோபத்தில் கொதித்துக் கொண்டிருப்பதான தகவல் மெல்லக் கசிந்து வந்திருந்தது.

பரிசளிப்பு மேடையிலே விழாத் தலைவரான தமிழறிஞர் சு.நடேசபிள்ளை, சாகித்திய மண்டல தமிழ் பிரிவுத் தலைவர் டாக்டர் ஆ.சதாசிவம், மகாவித்துவான் எப்.எக்ஸ்.சி.நடராஜா, பல்கலைக்கழக சமஸ்கிருதப் பேராசிரியர் கலாநிதி கைலாசநாத குருக்கள், யாழ்ப்பாணம் தேவன், சிறுகதை மூலவர்களுள் ஒருவரான எழுத்தாளர் சம்பந்தன் ஆகியோருடன் பரிசு பெற்றவர்களும் அமர்ந்திருந்தனர். அழைப்புக் கிடைத்த நிலையிலும் பொன்னுத்துரை மேடையைத் தவிர்த்துக் கொண்டார்.

நிகழ்ச்சிகள் ஆரம்பமானதுபோது முற்போக்குக் கூட்டணியின் முக்கிய உறுப்பினரும் பின்னாளில் கல்விப் பணிப்பாளராக உயர்ந்தவருமான ஏ.முகம்மது சமீம் சபை நடுவேயிருந்து ''தான் சாகித்திய மண்டல உறுப்பினராக இருந்தும் தனக்கு ஏன் அழைப்பு அனுப்பவில்லை'' என்று கேள்வி தொடுத்தார். கூட்டம் பரபரப்பானது. பஞ்சமர் புகழ் டானியல் தலைமையிலான சண்டியர் குழு திட்டமிட்டவாறு கூச்சலிட்டு கூழ் முட்டைகளை மேடைநோக்கி வீசி பத்து நிமிடங்களாக ஆர்ப்பாட்டம் செய்த பின்னர் மண்டபத்தை விட்டு வெளியேறினார்கள்.

மீண்டும் கூட்டம் தொடர்வதற்கு முன்னர், எம்.ஏ.ரஹ்மான் கவிஞர் அண்ணலை அழைத்துக் கொண்டு கஸ்தூரியார் வீதியில் உள்ள பூபாலசிங்கம் புத்தகசாலைக்குச் சென்றார். இருவரும கடைக்கு வெளியே பூபாலசிங்கம் அவர்களோடு பேசிக் கொண்டிருக்கும்போது, யோ.பெனடிக் பாலன் அவ்விடம் வந்து ரஹ்மானிடம் 'போட்டிக் கதைகள்' பற்றி விசாரித்தார். அது நூலாக வெளிவருவதற்கான ஆயத்த வேலைகள் நடைபெற்றுக் கொண்டிருப்பதாக ரஹ்மான் பதில் கூறிக் கொண்டிருந்தபோது 'ஏய்' என்று சத்தமிட்டு ஆவேசத்தோடு அவரை அடிக்கக் கையை உயர்த்தினார். தற்காப்புக் கலை நுட்பங்களை அறிந்திருந்த அண்ணல் சற்றும்

எதிர்பாராவிதமாக கையைப் பிடித்துத் தடுத்தார். அண்ணலின் ஆவேசத்தைப் பார்த்த பெனடிக் பாலன் அவ்விடம் விட்டு அகன்றார். கவிஞர் அண்ணல் தன் நட்புகளை காப்பாற்றும் இன்னுமொரு சந்தர்ப்பம் பற்றிய பதிவும் சுவையானது.⁰

அதேநேரத்தில் எஸ்.பொ. அவர் வீட்டிற்குச் சென்று கொண்டிருந்தார். அவரை வழிமறித்த கும்பலொன்று "நீயும் ரஹ்மானும் சேர்ந்து எங்களை அழிக்கப் பார்க்கிறீர்கள். உங்களை நாங்கள் என்ன செய்கிறோம் பார்" என்று குரலை உயர்த்தியபோது அங்கு வந்த எஸ்.பொவின் நண்பர்களால் அவர் காப்பாற்றப்பட்டு வீட்டுக்கு அனுப்பப்பட்டார்.

எஸ்.பொ, எம்.ஏ. ரஹ்மான் ஆகிய இருவரை மாத்திரம் முற்போக்குக் குழுவினர் தனிப்படத் தாக்க முனைந்ததன் பின்னணி என்ன?

தமிழிலக்கிய ஊழியத்தில் இருவரும் ஒன்றிணைந்து செயற்படுவதை அனுமதித்தால் எதிர்வரும் நாட்களில் தங்களது 'குத்தாட்டம்' தோல்வியைத் தழுவ நேரிடலாம் என்று முற்போக்காளர்களைப் பீடித்திருந்த அச்சமும் இருவரையும் இலக்கியப் புலத்திலிருந்து அப்புறப்படுத்துவதே இதற்கான தீர்வு என்று போட்ட கணக்கின் விடையும்தான் கஸ்தூரியார் வீதித் தாக்குதல் முயற்சியும் எஸ்.பொவுக்கு ஏற்பட்ட மிரட்டலும் ஆகும்.

அவர்கள் இருவரினதும் இணைவின் வலிமையைச் சுட்டவே சாகித்திய விழாச் சம்பவத்தை இங்கு பகிர வேண்டி வந்தது.

கீறலின்றி அவர்களின் உறவு நெடுந்தூரம் பயணித்தது. அதன் தாக்கம் பற்றிய பிறிதொருவரின் பதிவு இது.

"ஸாஹிரா களத்திலே எஸ்.பொவுக்கும் எம்.ஏ.ரஹ்மானுக்கும் இடையே ஏற்பட்ட உறவு தமிழ் இலக்கிய கதியின் நவீன கட்டத்திலே பாரிய பங்களிப்புக்குக் காரணமாய் அமைந்திருக்கிறது" என்று கலாநிதி பேராசிரியர் பொன் பூலோகசிங்கம் பதிவு செய்துள்ளார்.[3]

அவர்கள் வரித்துக் கொண்ட சமாந்தர இலக்கியப் போக்குகளே நட்பின் நீட்சிக்கு காரணமாக இருந்துள்ளன.

ரஹ்மானின் இலக்கிய ஊழியத்தை கீழ்வரும் பந்திகளைத் தரிசிப்பதன் மூலம் தெரிந்து கொள்ளலாம்.

ரெயின்போ அச்சகமும் அரசு வெளியீடும்

கொழும்பில் வசிப்பிடத்தை ஏற்படுத்திக்கொண்ட ரஹ்மான் தனது விருப்பத்துக்குரிய அச்சகத் தொழிலை மேற்கொள்ளத் தீர்மானித்தார். ஆதிருப்பள்ளித் தெரு, கொழும்பு-13 இல் ரெயின்போ அச்சகத்தை நிறுவினார். தொடர்ந்து அரசு வெளியீட்டைத் தாபித்து (1962) நூல் பிரசுரத் துறையில் தடம் பதிக்கத் தொடங்கினார்.

இலங்கையில் 1969 ஆண்டு காந்தி நூற்றாண்டுக் கொண்டாட்டங்கள் முன்னெடுக்கப்பட்டபோது காந்தி தரிசனம், காந்தி பாமாலை, காந்தீயக் கதைகள், காந்தி போதனை, மாணாக்கரின் காந்தி ஆகிய ஐந்து நூல்கள் அரசு வெளியீடாக வெளிவந்தன. இதில் காந்தி போதனை எம்.ஏ.ரஹ்மானின் நூலாகும்.

அரச மர இலையைப் பதிப்பக முத்திரையாகக் கொண்ட அரசு வெளியீடு அது நிறுவிய காலத்திலிருந்து ரஹ்மான் இந்தியா திரும்பும்வரையான சுமார் பத்து வருட காலங்களுக்குள் முப்பத்தாறு நூல்களை வெளியீடு செய்தது. இதன்மூலம் அரசு வெளியீடு முன்வரிசை ஆசனத்தில் அமர்ந்து கொண்டது.

சிறுவர் இலக்கியம்

எம்.ஏ.ரஹ்மான் கருத்தூன்றிய துறையாக சிறுவர் இலக்கியம் அமைந்தது. ''என்னுடன் இலக்கிய ஊழியத்தில் இணைவதற்கு முன்னர் ரஹ்மான் சிறுவர் இலக்கியத்தில் ஈடுபாடுடையவராக வாழ்ந்தார்'' என்று எஸ்.பொன்னுத்துரை குறிப்பிட்டுள்ளார்[4] இளமைப் பருவத்திலே(1962), காந்தி போதனை (1969), இஸ்லாமிய வரலாற்றுக் கதைகள் (1972) ஆகிய மூன்று சிறுவர் இலக்கிய நூல்களை ரஹ்மான் வெளியிட்டார்.

காந்தி போதனை என்ற நூலை 2013 இல் மீள்பிரசுரம் செய்து வெளியீடு செய்தபோது அதன் பதிப்புரையில் சிறுவர் இலக்கியம் தொற்றிய தனது கருத்துக்களை பின்வருமாறு பதிவு செய்துள்ளார்.

"சிறுவர் இலக்கிய வளர்ச்சிக்கும் வளத்திற்கும் என் சக்தியின் ஆற்றலுக்கு ஏற்ப உழைத்தல் வேண்டுமென்று என் எழுத்து வாழ்க்கையைத் துவங்கிய காலத்திலேயே பிரதிக்ஞை எடுத்திருந்தேன்.''

"குழந்தை இலக்கியம் என்ற சொற்றொடர் தவறான சொற் பிரயோகம் என்றும் சிறுவர் இலக்கியம் என்ற சொற்றொடரை வழங்குதலே முறைமையென்றும் நான் கடந்த எட்டு ஆண்டு களாக (1961 இலிருந்து) பிரசாரம் செய்து வந்துள்ளேன். இப் பொழுது சிறுவர் இலக்கியம் என்கிற பயிற்சி நிலைத்து விட்டது'' என்று காந்தி போதனை நூலின் நுழைவாயிலில் 44 ஆண்டு களுக்கு முன் எழுதினேன்''.

"சென்ற இரு ஆண்டுகளுக்கு முன் இலங்கை கொழும்பில் சர்வதேச தமிழ் எழுத்தாளர் மகாநாடு (06.01.2011) நடை பெற்றது. அதிலே சிறுவர் இலக்கியம் என்ற தலைப்பில் ஆய்வரங்குகள் நடைபெற்றன என்பது குறிப்பிடத்தக்கது. ஆனால் தமிழ்நாட்டில் இன்றும் குழந்தை எழுத்தாளர், குழந்தை இலக்கியம், குழந்தைத் தொழிலாளர் என்ற தவறான சொற் றொடர்களைப் பயன்படுத்துதல் ஏனோ தமிழ்நாட்டு தமிழ் அறிஞர்களின் சிந்தையை ஈர்க்கவில்லை.''

சிறுவர் இலக்கியம் தொடர்பான அவரின் நிலைப்பாடு பல வருடங்களின் பின் நடைமுறைக்கு வந்ததும் இன்றுவரை பயன் பாட்டில் இருப்பதும் அவரின் பரந்த பார்வையை நமக்குத் தெளிவுபடுத்துகின்றது.

ஒரே மேடையில் ஐந்து நூல்கள்

இவரின் மரபு என்ற உருவகக் கதைத் தொகுதி 1964 இல் இலங்கையில் வெளிவந்தது. இதுவே மொழிபெயர்ப்பு அல்லாத

தமிழில் முதலில் எழுந்த உருவகக் கதைத் தொகுதியாகும். தீபன் என்பது இன்னுமொரு உருவகக் கதைத் தொகுப்பாகும். இதனை இலங்கையில் வெளியிட முடியாது போயிற்று. அதிலுள்ள பதினைந்து கதைகளையும் இணைத்தே புதிதாக மரபு நூல் உருவாக்கப்பட்டுள்ளது. இந்நூல் புது மெருகுடன் மலேசியாவில் வெளியீட்டு விழாக் கண்டது.

'சிறு கை நீட்டி' என்பது இவரின் சிறுகதைத் தொகுப்பாகும். 1999 இல் ஜேர்மனியிலும் தொடர்ந்து டென்மார்க், இங்கிலாந்து, பிரான்ஸ் ஆகிய நாடுகளிலும் வெளியிடப்பட்டது. இவ்விரு நூல்களுடன் தனது மூன்று சிறுவர் இலக்கிய நூல்களையும் சேர்த்து ஐந்து நூல்களை ஒருசேர அபுதாபியில் வெளியிட்டு வைத்தார்.

வானொலி நாடகங்கள்

ரஹ்மான் தனது ஆக்கத் திறனை வெளிப்படுத்திய மற்றுமொரு ஊடகம் வானொலி ஆகும். செவ்வாய் மலர் போன்ற வாராந்த நிகழ்ச்சிகள் முஸ்லிம் நேயர்களை மாத்திரமல்லாது, தமிழர்களையும் இலங்கை வானொலிக்குத் திரட்டிக் கொடுத்தன.

தாஜ்மகால் நிழலில் என்ற சரித்திர நாடகம் அவரின் ஆக்க இலக்கிய இயலுமையை அப்பட்டமாக வெளிப்படுத்தின. இந் நாடகத்தில் நடித்த பலர் பிற்காலத்தில் புகழ்சேர்த்து வாழ்ந்தனர். உலக அறிவிப்பாளர் பீ.எச்.அப்துல் ஹமீட், பிற்காலத்தில் நாடாளுமன்ற உறுப்பினராகவும் அமைச்சராகவும் நியமிக்கப்பட்டிருந்த ஏ.எச்.எம்.அஸ்வர் ஆகியோரும் அவர்களுள் அடங்குவர். வாசகர்களை ஈர்க்கும் ரஹ்மானின் உத்திகளால் கவரப்பட்ட வீரகேசரி நிறுவனம் தனது வார இதழில் இஸ்லாமிய வரலாற்றுக் கதைகள் என்ற தொடரை எழுதும்படி அவரைக் கேட்டுக் கொண்டது. 'தரிசனம்' என்ற இவரது நாடகம் இலங்கையில் இரண்டு தடவைகள் மேடையேற்றம் கண்டன. நாடக நடிகர் லடிஸ் வீரமணி எம்.ஏ. ரஹ்மானின் 'ஞானம்' என்ற ஓரங்க நாடகத்தை இலங்கை உட்பட வெளிநாடுகள் சிலவற்றிலும் மேடையேற்றி புகழ்பெற்றார்.

இளம்பிறை பதிப்பகம்

1976 செப்டம்பரில் இந்தியா மீண்ட ரஹ்மான் தனது இலக்கியப் பணியின் நீட்சியாக இளம்பிறை பதிப்பகத்தை உருவாக்கினார். இலங்கை, இந்தியா உட்பட லண்டன், பிரான்ஸ், ஜேர்மன், கனடா, நோர்வே, டென்மார்க், மியன்மார், லெபனான் ஆகிய நாடுகளில் புலம்பெயர்ந்து வாழ்வோரின் நூல்களை பதிப்பித்தார். இதுவரையில் முப்பது நூல்களை இப்பதிப்பகத்தின் ஊடாக வெளியிட்டுள்ளார். இவ்வாறு நூல் வெளியீட்டுத் துறையில் அவர் நிறுவிய சுவடுகள் இலக்கியத்தில் இலகுவான பணிகள் அல்ல.

பத்திரிகை சஞ்சிகைகள்

திராவிட முன்னேற்றக்கழகத் தலைவர் கலைஞர் மு.கருணாநிதிக்கும் நாவலர் இரா.நெடுஞ்செழியனுக்கும் இடையே முரண்பாடு ஏற்பட்டு நாவலர் தி.மு.க.விலிருந்து விலகி 1977 இல் மக்கள் திராவிட முன்னேற்றக் கழகம் என்ற புதுக்கட்சி தொடங்கினார். வாரத்திற்கு இரு தடவைகள் வெளி வரத் தக்கதாக 'மக்களாட்சி' என்ற ஏடு ஒன்றினையும் ஆரம்பித்தார். அதன் பொறுப்பாசிரியராக எம்.ஏ.ரஹ்மான் நியமிக்கப்பட்டார். நாவலர் சிறப்பாசிரியராக இருந்து கொண்டார்.

மேலும் தமிழ்நாடு வக்ஃபு வாரியம் சார்பாக இஸ்மி என்ற சஞ்சிகையை வெளிக்கொண்டு வந்தார். வக்ஃபு வாரியம் என்பது தமிழ்நாட்டு முஸ்லிம்களின் சமய விவகாரங்களைக் கையாளும் அரச பிரிவு ஆகும். 1981 இல் மதுரையில் நடைபெற்ற ஐந்தாவது உலகத் தமிழாராய்ச்சி மகாநாட்டில் இலங்கையிலிருந்து கலந்து கொண்ட பேராளர்களுக்கு இச்சஞ்சிகையின் பிரதியொன்று இவரால் வழங்கப்பட்டது.

இன்னுமொரு விடயம் முற்போக்கு இலக்கியவாதிகளின் தங்களுக்குக் கிண்ணி தாங்குபவர்களுக்கு மாத்திரம் வர்ணம் பூசும் பக்கச் சார்பான திறன்நோக்கு அணுகுமுறையினை எதிர்த்து, 1963இல் 'நற்போக்கு இலக்கியம்' என்ற கோட்பாட்டினை

எஸ்.பொ உருவாக்கினார். இதன் பின்னணியில் ரஹ்மானின் சிந்தனையும் உண்டு.

மற்றொன்று, இலங்கையிலிருந்து வெளியான இளம்பிறை என்ற இலக்கிய மாசிகை ஆகும். 1964 இல் வெளியான இச்சஞ்சி கைபற்றி வேறொரு அத்தியாயம் உள்ளதால் அதுபற்றிப் பேசுவது தவிர்க்கப்பட்டுள்ளது.

இங்கு எம்.ஏ.ரஹ்மானின் தமிழாக்கப் பங்களிப்பினைப் பேச வேண்டிய தேவை என்ன என்றொரு கேள்வி உண்டு.

எஸ்.பொ. -ரஹ்மான் இடையிலான உறவின் மேன்மைக்கு இலக்கியமும் எழுத்தும் பொதுக் காரணியாயின் ரஹ்மானின் படைப்பு முயற்சிகள் பற்றியும் அறிதல் அவசியமாகின்றது.

பிறிதொரு அம்சமும் உண்டு. பொன்னுத்துரையுடன் நெருக்க மானவர் என்ற ஒரே காரணத்தக்காக அவரின் இலக்கிய முயற்சி கள் முற்போக்குக் கூட்டணியினரால் வலிந்து இருட்டடிப்புச் செய்யப்பட்டன.

அவர் மீதான இருட்டடிப்புபற்றி முதுபெரும் எழுத்தாளர் வ.அ.இராசரத்தினம் பின்வருமாறு ஒளிவு மறைவின்றிப் பேசு கின்றார்.

''ஈழத்தில் இளம்பிறை எம்.ஏ.ரஹ்மான் செய்த நூல் வெளி யீட்டுப் பணியும் இலக்கிய முயற்சிகளும் ஈழத்து முற்போக்கு விமர்சகர்களால் இருட்டடிப்புச் செய்யப்படுகின்றன. இந்த இருட்திரை கிழிக்கப்பட்டு வெளிச்சம் கொண்டுவரப்பட வேண் டும் என்பது என் அவா.''[(5)]

இந்தப் பார்வையில்தான் தமிழ் இலக்கியப் பரப்பில் இளம் பிறை எம்.ஏ.ரஹ்மான் சிந்திய வியர்வைத் துளிகளின் சிறிய பின்னமொன்றைத் தொட்டுக் காட்ட வேண்டிய தேவை ஏற் பட்டது.

''என்னுடைய எழுத்தாற்றலைச் செப்பனிடவும் வளப்படுத்த வும் ரஹ்மானின் படைப்பாற்றலும் இலக்கிய நயப்பும் பெரிதும்

உதவியிருக்கின்றன என்ற உண்மையை மிகுந்த நன்றிப் பெருக்குடன் இங்கு பொறித்து வைக்க விரும்புகின்றேன்'' என்ற எஸ்பொவின் ஒப்புதல் வாக்குமூலம்[6] எல்லாவற்றிற்கும் பதிலாக அமைகின்றது.

1. இளங்கீரன். மரகதம் (சஞ்சிகை) அக்டோபர் 1961. பக் 45
2. ரஹ்மான்.எம்.ஏ. இளம்பிறை(சஞ்சிகை) 'சாகித்திய மலர்'(1965). பக் 24

- ''ஒரு தடவை நானும் அண்ணலும் யாழ்ப்பாணம் சென்றிருந்தோம். சுப்பிரமணியம் பூங்காவிற்கு அண்மையில் என்னிடம் ஒரு முற்போக்கு எழுத்தாளர் கொஞ்சம் தடியர் வலுச்சண்டைக்கு வந்தார். அண்ணல் தன் கிண்ணியாச் சீனடி விளையாட்டோடு பாய்ந்து அவரை ஓட ஓட விரட்டினார். (எழுத்தாளர் பெயரைக குறிப்பிட விரும்பவில்லை). வ.அ.இராசரத்தினம் இலக்கிய நினைவுகள் பக் 66

3. இந்திரன். ப.தி.அரசு (2003) தொகுப்பு எஸ்.பொ. ஒரு பன்முகப பார்வை பக் 230
4. எஸ்.பொ. (2003) வரலாற்றில் வாழ்தல். பக் 812
5. இராசரத்தினம் வ.அ. எம்.ஏ.ரஹ்மானின் காந்திபோதனை நூலின் பின்னட்டை
6. எஸ்.பொ. (1975) 'இஸ்லாமும் தமிழும்' பக் 92

அத்தியாயம் 13

பிறையும் நிறையும்

இலங்கையின் தமிழ் இலக்கியச் செயற்பாடுகள் ஒருவித செழிப்புடன் நடைமுறையிலிருந்த காலத்தில் எம்.ஏ.ரஹ்மானை நிர்வாக ஆசிரியராகக் கொண்டு 1964 நவம்பரில் வெளிவந்த சஞ்சிகைதான் இளம்பிறை ஆகும். இலங்கையில் மட்டுமல்லாது மலேசியா, சிங்கப்பூர், இந்தியா போன்ற நாடுகளிலும் அது விநியோகம் ஆனது.

அச்சஞ்சிகையுடன் எஸ்.பொன்னுத்துரைக்கு பின்னிப் பிணைந்ததொரு எழுத்து வாழ்க்கை இருந்தது.

அவரின் முஸ்லிம் தொடர்பு பற்றிப் பேச முனைந்த இந்நூலில் இளம்பிறையுடன் அவர் கொண்டிருந்த நெருக்கம் பற்றித் தனி அத்தியாயம் எழுந்ததை எவரும் ஏற்றுக் கொள்வர்.

இந்த அத்தியாயத்தை மூன்று பகுதிகளாக வகுத்து எழுதுதல் வாசிப்புக்கு வசதியாக அமையும்.

அ) இளம்பிறையின் எழுத்து வெளி

சஞ்சிகை பற்றிய தகவல்களை அறிந்து கொள்ள இப்பந்தி உதவும்.

ஆ) இளம்பிறையுடனான எஸ்.பொவின் தொடர்பு

எழுத்துலக வாழ்க்கையில் எஸ்.பொ எதிர்நோக்கிய சவால்களை முறியடிக்க இளம்பிறை வழங்கிய ஒத்துழைப்புப் பற்றியும்,

இச்சஞ்சிகையின் வளர்ச்சிக்கு எஸ்.பொ வழங்கிய பங்களிப்புப் பற்றியும் இத்தலைப்பு பேசுகின்றது.

இ) இளம்பிறையின் இலக்கியப் பகிர்வு

இளம்பிறையின் எழுத்துப் பணி தொடர்பிலான திறன்நோக்கு இவ்வகுதிக்குள் வரும்.

எழுத்து வெளி - 1964 இலிருந்து 1972 வரை

'எண்ணிய எண்ணி யாங்கு எய்துப எண்ணியார் திண்ணியராகப் பெறின்' என்ற திருக்குறளை மகுட வாசகமாகக் கொண்ட இளம் பிறையின் முதலாவது இதழ் முஸ்லிம்களின் பள்ளிவாசலோடு ஜவகர்லால் நேருவையும் அட்டைப் படமாக்கி வெளிவந்தது.

போதியளவு விளம்பரங்கள் இடம்பெற்றிருந்த முதல் பூ 30 சதம் விலையில் 46 பக்கங்களைக் கொண்டமைந்தது.

''இன்றைய சூழ்நிலையில் சஞ்சிகையொன்றை நடத்துவதி லுள்ள சிரமங்களை நான் நன்கறிவேன். கனவுநிலை கலைந்து மூன்று ஆண்டுகளாகப் பத்திரிகைபற்றியே ஆலோசித்து வரலா னேன். இளம்பிறை தமிழ் இலக்கிய உலகிற்குப் புது மணமூட் டிப் புத்தொளியூட்டப் பவனி வருகின்றது'' என்று தலையங்கத் திலே ஆசிரியர் எம்.ஏ.ரஹ்மான் குறிப்பிடுகின்றார்.

முதலாவது இதழில் கலாநிதி ஆ.சதாசிவம் 'பாஞ்சாலி சபதம்' பற்றியும் இலங்கைப் பல்கலைக் கழகத்தைச் சேர்ந்த எம்.ஏ.எம். சுக்ரி இஸ்லாமிய நூல் நிலையங்கள் பற்றியும் எழுதிய கட்டுரைகள் பிரசுரமாகியுள்ளன.

கிண்ணியாவைச் சேர்ந்த எம்.ஐ.எம்.தாஹிர் எழுதிய குமரி இருட்டு என்ற சிறுகதையும் கவிஞர் அப்துல் காதர்லெப்பையின் மனமே உலகம் எனும் கவிதையும் இடம் பிடித்துள்ளன. பின்வந்த இதழ்களில் ஆசிரியர் எம்.ஏ. ரஹ்மானின் உருவகக் கதைகள் சிலவும் பிரசுரம் கண்டன.

'நாமும் நாங்களும்' என்ற பகுதி கொண்டோடி சுப்பர் என்ப வராலும் பதின்மூன்றாம் பக்கம் ஆர்.பாலகிருஷ்ணனாலும்

84 எஸ். பொன்னுத்துரை முஸ்லிம்களுடனான உறவும் ஊடாட்டமும்

எழுதப்பட்டுள்ளன. பதின்மூன்றாம் பக்கம் நடைமுறை வாழ்க்கையில் இடம்பெறும் நிகழ்வுகளின் விஞ்ஞானபூர்வ விளக்கங்களைத் தந்தன.

வளரும் பயிர் மற்றும் கல்லூரி மன்றம் போன்ற பகுதிகள் புது முகங்கள் பலரை தமிழ் இலக்கிய உலகுக்கு அறிமுகம் செய்தன. நோக்கு (கொ.சு மற்றும் மாலிக்), மத்து (செகராசசேகரன்), களஞ்சியம் (மகான்), தரகர் தம்பையா (ஆர்.பாலகிருஷ்ணன்), பிராணிகள் வாழ்விலே (அன்ரனி பெர்ணாண்டோ) போன்ற அம்சங்களோடு கவிதைக்கா என்ற பகுதியில் கவிதைகளும் ஒவ்வொரு இதழிலும் தவறாமல் இடம்பெற்றன. மக்குமாலா, யுக்தி போன்ற மூளைக்கு வேலை தரும் சுவையான அம்சங்களும் இருந்தன. குறும்பா, குறும்பா நயம், அசலும் நகலும், பாடாத பாட்டுகள் என்பன அடிக்கடி இடம்பெற்ற பகுதிகளாகும்.

'உரைகல்' என்ற தலைப்பில் இலங்கையில் பிரசுரமான நூல்கள் பற்றி, ஏனைய பத்திரிகைகளில் வெளியான கட்டுரைகள் தொடர்ச்சியாக இடம்பெறும் என்ற பீடிகையோடு இரசிகமணி கனக செந்திநாதன் எழுதிய ஈழத்து இலக்கிய வளர்ச்சி என்ற நூலின் மதிப்பீடு இடம்பெற்றது. அது சென்னையிலிருந்து வெளிவந்த தினமணி என்ற பத்திரிகையிலிருந்து மறுபிரசுரம் செய்யப்பட்டிருந்தது.

இளம்பிறையின் முன்னட்டைப் படங்களிலே பல்வேறு வகையினரும் உள்ளடக்கப்பட்டிருந்தனர். மகாத்மா காந்தி, ஜவகர்லால் நேரு(இந்தியா), கமால் அப்துல் நாசர் (எகிப்து) ஆகிய நாடுகளின் தலைமைகளும் இந்திய ஜனாதிபதிகளான ஸாகிர் ஹூசைன், பக்ருதீன் அலி அகமது போன்றவர்களும் உள்ளூர் அரசியல்வாதிகளான டாக்டர் எம்.சி.எம் கலீல்(இலங்கை), திருப்பூர் மொகிதீன் (தமிழ்நாடு) ஆகியோரும் தமிழ் இலக்கியம் சார்ந்து விபுலாநந்த அடிகள், மகாகவி பாரதியார், அருள்வாக்கி அப்துல் காதிர் ஆகிய ஆளுமைகளும் கல்விமான்களான மௌலானா அபுல்கலாம் ஆசாத், பேரா.ஹுமாயுன் கபீர், கலாநிதி ஆ.சதாசிவம் மற்றும் இச்சஞ்சிகையின் இலக்கிய வட்டத்தோடு நெருங்கிய உறவு

கொண்டிருந்த தை.அ.அப்துல் காதர் (இந்தியா), ஹாபிஸ்.எம்.கே. செய்யது அகமது, வ.மி சம்சுதீன் ஆகியோரும் அட்டையில் இடம் பெற்றனர்.

இச்சஞ்சிகை பல சிறப்பிதழ்களையும் வெளியிட்டது. கல்வி மலர், சாகித்திய மலர், சுவாமி விபுலாநந்தர் மலர், காந்தி நூற்றாண்டு மலர், அபுல்கலாம் ஆசாத் மலர், அருள்வாக்கி மலர், இளைஞர் மலர், மீலாத் மலர், ஈத் மலர்(பெருநாள்), ரமழான் மலர், திருக்குர்ஆன் மலர், தை.அ. சிறப்பிதழ் என அவை அதிகரித்த பக்கங்களுடனும் பரந்துபட்ட தகவல்களுடனும் வெளிவந்தன.

இலக்கியம், அரசியல், கல்வி, சமூக சிந்தனை என்று பல தளங்களில் இளம்பிறை ஈடுபட்டதாயினும் சினிமா செய்திகளுக்கு ஒரு வரிதானும் இடம் ஒதுக்காமை இச்சஞ்சிகையின் சிறப்பம்சமாகும். தமிழ்நாட்டு முஸ்லிம் அரசியலையும் இளம்பிறை பேசியது. மலேசியா, சிங்கப்பூர், இந்தியா போன்ற வெளி நாடுகளில் இன்றும்கூட இளம்பிறையை அங்கலாய்த்துப் பேசுவோர் உள்ளனர்.

எழுபதுகளின் ஆரம்பத்தில் உருவான அரசாங்கத்தில் நிதி அமைச்சராகப் பதவியேற்றவர் என்.எம்.பெரேரா. அவர் முன் வைத்த பொருளாதாரத் திட்டங்களினாலும் கறுப்புப் பணத்தை வெளியே கொண்டுவர ஐம்பது ரூபாய், நூறு ரூபாய் நோட்டுகளை இரத்துச் செய்தமையாலும் நாடு பல பொருளாதாரச் சிக்கல்களை எதிர்நோக்கின. அதன் தாக்கம் இளம்பிறையையும் பாதித்தது. இதன் காரணமாக ஒன்பது ஆண்டுத் தொடர்பணியில் முப்பத்து நான்கு இதழ்களை வெளியிட்ட இளம்பிறை 1972 டிசம்பருடன் தன் பணியினை நிறுத்திக் கொண்டது.

இளம்பிறையும் எஸ்.பொ.வும்

இளம்பிறையின் வளர்ச்சிக்கு எஸ்.பொ வின் எழுத்தும் பங்களிப்பும் குறிப்பிடத்தக்க அளவில் அமைந்தன. அவரின் 'நாமும் நாங்களும்', 'நோக்கு', 'எஸ்.பொ எழுத்துக்கள்' என்பன இளம்பிறைக்கு சுதி சேர்த்தன.

'நாமும் நாங்களும்' என்ற பகுதியை கொண்டோடி சுப்பர் என்ற புனைபெயரில் எழுதினார். கொ.சு என்ற சுருக்கப் பெயரையும் சில சந்தர்ப்பங்களில் பயன்படுத்தினார்.

"கொண்டோடி சுப்பர் விஷயமறிந்த ஆசாமி. பழம்பெரும் எழுத்தாளர்" என்றுதான் இளம்பிறை தனது முதலாவது இதழில் அறிமுகம் செய்தது. ஆனால் எஸ்.பொ. தன்னை மண்டாடி சுப்பர் மகன் திண்டாடி சுப்பா மகன் கொண்டோடி சுப்பர் என்று மூன்று பரம்பரைகளைச் சேர்ந்தவனாக சொன்ன விதம் சுவைப்புக்குரியது.

கொண்டோடி சுப்பரின் 'நாமும் நாங்களும்' என்ற பத்தி சாமர்த்தியமான குத்தலும் கிண்டலும் நிறைந்த பகுதியாக அமைந்தது. சமகால இலக்கியச் சமாச்சாரங்களை அது பேசியது. ஆனால் நோக்கு என்ற தலைப்பில் வெளிவந்த நூல் மதிப்பீடுகளை கொசு என்ற பெயரில் பொன்னுவும் மாலிக் என்ற பெயரில் எம்.ஏ. ரஹ்மானும் எழுதினர்.

பண்டிதர் வீ.சி கந்தையா எழுதிய 'மட்டக்களப்பு தமிழகம்' என்ற நூல் கொசு வின் நோக்கு என்ற பகுதியில் கடும் கண்டனத்துக்குள் வந்து மாட்டிக் கொண்டது. எழுத்துப் பிழை, சொற்பிழை, பொருட்பிழை என்று வழுக்கள் நிறைந்து காணப்படுவதாக கொசு பக்கம் பக்கமாக எழுதினார்.

'பந்தநூல் மூலமும் நச்சாதார்க்குமினியருரையும்' என்ற தொடரை கொண்டோடி சுப்பர் மூன்று இதழ்களில் தொடர்ந்து எழுதினார். பின்வந்த காலத்தில் (1972)? (கேள்வி அடையாளம் போட்ட) தலைப்புடன் அக்கட்டுரையானது நூலாக வெளிவந்தது. அங்கதச் சுவை கொண்ட முதலாவது நூல் என்ற பெருமையையும் அது பெற்றுக் கொண்டது.

சிறுகதையின் பிரமாண்டத்துள் வாழும் தேர் என்ற எஸ்.பொ வின் சிறுகதை இளம்பிறையிலேயே முதலில் பிரசுரமானது. பின்னர் அவரின் வீ (1966) என்ற தொகுப்பில் முதல் கதையாக இணைக்கப்பட்டது.

இளம்பிறையின் மூன்றாவது இதழில் மஹாகவியின் குறும்பா அறிமுகப்படுத்தப்பட்டது. அதனை வளரும் தலைமுறை

எழுத்தாளரிடையே கொண்டு செல்ல வசதியாக குறும்பா நயம் எழுதும் போட்டி அமைந்தது. குறும்பா தமிழுக்குப் புது வடிவமா? என்றதொரு சர்ச்சை சிலரால் முன்னெடுக்கப்பட்டது. "புதுவடிவமே அல்ல. தமிழில் ஏற்கனவே உள்ள செய்யுள் வடிவங்களில் சிறிய மாற்றம் செய்யப்பட்டுள்ளது. அவ்வளவுதான்" என்ற குழுவுக்கு சில்லையூர் செல்வராசன் தலைமை தாங்கினார். ஆனால் எஸ்.பொன்னுத்துரையும் குழுவினரும் அதனை எதிர்த்து நிற்பதற்கு இளம்பிறை களம் அமைத்துக் கொடுத்தது.

குறும்பா தமிழுக்கான புது வடிவமாக இன்று அங்கீகாரம் பெற்றமைக்கும் நிலைத்திருப்பதற்கும் இளம்பிறையே காரணமாகும் என்பது சவால்களுக்கு அப்பாற்பட்ட உண்மையாகும். தற்போது பலரும் குறும்பா வடிவில் கவிதைகளை எழுதுவதும் தொகுப்புகளை வெளியிடுவதும் இளம்பிறை பெற்ற வெற்றியாகும். அந்த வெற்றியில் எஸ்.பொ வுக்கு பெரும் பங்குண்டு.

இளம்பிறைக்கான அங்கீகாரம்

இளம்பிறை வெளிவந்த சமகாலத்தில் வேறு சில கலை இலக்கிய மாசிகைகளும் சந்தையில் இருந்தன. கலைச்செல்வி, விவேகி, ஈழச்சுடர், மல்லிகை (1966) புதுமை இலக்கியம் போன்ற சஞ்சிகைகள் அவற்றுள் குறிப்பிடத்தக்கன. இவற்றிலிருந்தெல் லாம் வேறுபட்டு புதியதொரு பார்வையுடன் இளம்பிறையின் பயணம் அமைந்தது.

இளம்பிறை சஞ்சிகையின் விசேட சிறப்பு அதன் அச்சும் அமைப்பும் ஆகும். அக்கால கட்டத்தில் மற்றெந்தச் சஞ்சிகையிலும் காணமுடியாத அளவுக்கு கவனத்தை ஈர்த்த இளம்பிறை வண்ணத்துக் கொன்றும் வகைக்கொன்றுமாக வெளிவந்தது. தொழில்நுட்பம் வளர்ச்சியடையாத காலத்தில் வர்ணக் கலவையை அட்டைப்படத்தில் கொண்டு வந்து அதிசயம் புரிந்தது, இளம் பிறை சஞ்சிகைதான்.

முற்போக்கு அணியினருக்கு முன்னுரிமை அளித்த மல்லிகை போன்ற சஞ்சிகைகளின் அணுகுமுறையும், இஸ்லாமிய சஞ்சிகை

என்ற பெயரில் 'தமிழ்பேசும் ஒரு பகுதியினரைக் கண்டுகொள்ளாமல் ஒதுக்கும் போக்கும் இளம்பிறையிடம் காணப்படவில்லை. மாறாக முஸ்லிம் கோலம் தூக்கலாக அமையத்தக்கதாக கலாசாரத் தூதுவனாகவும் தமிழர்களின் கலை இலக்கியப் பிரதியாகவும் இளம்பிறை தன்னை அடையாளப்படுத்தியது. எனினும் அதன் நோக்கும் போக்கும் உரியமுறையில் கண்டுகொள்ளப்படவில்லை.

இந்த இடத்திலே கைலாசபதி, ரஹ்மான் ஆகியோருக்கிடையிலான நெருக்கம் பற்றிய இரு நிகழ்வுகள் மேற்கிளம்பி வருகின்றன.

எம்.ஏ.ரஹ்மானின் கையசைப்பில் இயங்கிய இலக்கிய ரசிகர் குழு என்ற அமைப்பு 'ரசிகர் குழு சிறுகதைப் போட்டி' ஒன்றினை நடத்தியது. நடுவர்களில் ஒருவராக ரஹ்மானின் அழைப்பின் பேரில் கைலாசபதி கலந்து கொண்டார்.(1)

மற்றொரு விடயமும் முக்கியமானது. அது பேராசிரியர் கைலாசபதி அவர்கள் தினகரன் பிரதம ஆசிரியர் பொறுப்பிலிருந்து விலகிய சந்தர்ப்பத்தில் இடம்பெற்ற பாராட்டு நிகழ்வாகும்.

இலங்கை முற்போக்கு எழுத்தாளர் சங்கமோ கைலாசபதியிடமிருந்து நன்மை பெற்றவர்களோ தினகரனிலிருந்து அவர் விலகியபோது அவருக்கு பாராட்டு நிகழ்வொன்றை ஏற்பாடு செய்யும் திராணியுடனோ மனோநிலையிலோ இருக்கவில்லை. மாறாக எம்.ஏ.ரஹ்மான் தாமாகவே முன்வந்து இலக்கிய ரசிகர் குழுவின் சார்பிலே அவருக்கு 30.06.1961 இல் கொழும்பு மெற்ற போன் ஹொட்டலில் விருந்து கொடுத்து இரண்டு பவுண் தங்கப் பதக்கம் அணிவித்து பாராட்டி மகிழ்ந்தார்.(2)

எத்தகையதொரு நெருக்கம் கைலாசபதி - ரஹ்மான் ஆகியோருக்கிடையே நிலவியது என்பதைச் சுட்டிக் காட்டவே மேற்படி இரண்டு நிகழ்வுகள் பற்றிப் பேசியதின் நோக்கமாகும்.

ஆனால் கொழும்பு ஸாஹிரா மகாநாட்டுக் 'குழப்படிகளுக்குப்' பின்னர் ரஹ்மான் எஸ்.பொவை ஆதரிக்கும் நிலைப்பாட்டில் இருந்தார். ரஹ்மான் பொன்னுத்துரையுடன் நெருக்கத்தில் இருந்

தார் என்ற ஒரே காரணத்துக்காக அவரின் படைப்பாற்றலும் இளம்பிறையின் அதீத இலக்கியப் பங்களிப்பும் திட்டமிட்டு இருட்டடிப்புச் செய்யப்பட்டன.

நான்கு இதழ்கள் மட்டுமே வெளிந்த 'மரகதம்' மற்றும் குறைந்த அளவு எண்ணிக்கையான இதழ்களோடு நின்றுவிட்ட 'தேனருவி' ஆகிய சஞ்சிகைகள் போதிய அவதானிப்பைப் பெற்றன. கலைச் செல்வியும் நல்லமுறையில் கண்டு கொள்ளப்பட்டது. ஆனால் இளம்பிறைக்கு மட்டும் ஏன் கதவடைப்பு?

இதன் பின்னணியில் பேரா.கைலாசபதியின் அரசியல் செல் வாக்கும் இலக்கியப் பின்புலமும் இருந்தன என்பதுதான் பலரது கணிப்பாகும்.

அறுபது எழுபதுகளில் இலங்கையின் தமிழிலக்கிய வரலாறு எழுதும் எவரும் இளம்பிறையைப் புறந்தள்ளிவிட முடியாது என்பதே யதார்த்தமாகும்.

அடிக்குறிப்பு

€ மட்டக்களப்பு தமிழகம் பற்றிய கண்டனத்தை எஸ்.பொ சிறிய கைநூலாக்கி மட்டக்களப்பு அமிர்தகழி திருவிழாவில் பகிர்ந்ததாகவும் இதற்கான பதிலை பண்டிதர் வீசி கந்தையா அவர்கள் மறுநாள் விநியோகித்ததாகவும் மீண்டும் எஸ்.பொ பதில் தந்ததாகவும் தகவலும் உண்டு.

1. எஸ்.பொ. (2003) வரலாற்றில் வாழ்தல். பக் 810

2. மேற்படி அதே

அத்தியாயம் 14

சுவையும் சூடும்

உலகத் தமிழ்ச் சிறுகதைவெளியில் எஸ்.பொன்னுத்துரையின் பெயரும் புகழும் எவராலும் சவாலுக்கு உட்படுத்த முடியாதது. எழுத்திலான அவரின் ஆளுமை திமிர்த்து வளர்ந்து வானம் தொட்டு நிற்கிறது.

எஸ்.பொன்னுத்துரையின் வாழ்வியல் பரப்புக்குள் முஸ்லிம் அடையாளங்களைத் தேடி வெளிக்கிட்ட இந்த நூலில் அவரின் சிறுகதைகளில் பொன்னான முஸ்லிம் கதைகளும் உள்ளடக்கம் என்பதைச் சொல்லி வைப்பதே இந்த அத்தியாயமாகும்.

சிறுகதை எழுதத் தொடங்கிய புதிதில் அவரின் முதலாவது கதை 1948 இல் சுதந்திரனில் வெளிவந்தது. அவரது கதைகளில் பல்வகைத்தான பதின்மூன்று கதைகளைக் கொண்ட கோர்வை யாக அரசு வெளியீட்டில் வீ சிறுகதைத் தொகுப்பு 1966இல் பிரசு ரம் கண்டது. அதுவரையான சுமார் இருபது வருடகால இடை வெளியில் இருநூறுக்கும் மேற்பட்ட சிறுகதைகளை அவர் எழுதி யிருப்பார் என்று பலரும் விசுவாசிக்கின்றனர். எனினும் பல சிறு கதைகளும் படைப்புகளும் அவரின் கைவசம் இல்லாமல் போனது தமிழ் இலக்கியத்தின் துர்ப்பாக்கிய தலையெழுத்தாகும். இரசி கமணி கனகசெந்திநாதன் வீ தொகுப்புக்கு எழுதிய அணிந்துரை யில் திருப்தி, நிலவு, ஒளி, மேடை போன்ற கதைகள் காணாமல் போனது பற்றி பிரஸ்தாபித்துள்ளார்.

"எஸ்.பொ கதையை எழுதி முடித்ததும் முதலில் சுடச்சுட எனக்கே வாசித்துக் காட்டுவார். அவ்வாறு வாசித்த தரமான சிறு கதைகள் எதுவும் அவரது சிறுகதைத் தொகுப்புகளில் இடம் பெறவில்லை. எங்கே தொலைத்தாரோ தெரியவில்லை" என்று காசி ஆனந்தன் கவலைப்பட்டுப் பதிவிட்டுள்ளமை மேற்படி கனகசெந்திநாதனின் கூற்றை ருசுப்படுத்துகின்றது.[1]

எஸ்பொ அவர்கள் வீ, அவா, பூ, ஆண்மை ஆகிய நான்கு சிறுகதைத் தொகுதிகளை வெளியிட்டவர். அவற்றை ஒருசேரத் தொகுத்து எஸ்பொ கதைகள் என்ற பெருந்தொகுப்பையும் வெளி யிட்டார். அவற்றிலுள்ள மொத்தம் 54 கதைககளில் இரண்டு கதைகள் முஸ்லிம்கள் சார்ந்து எழுதப்பட்டவையாகும். சுவை, ஈரா என்ற தலைப்புகளில் அவை வீ தொகுப்பில் வந்தன.

சுவை

நான்கு மதங்களின் போதனைகளை உள்ளடக்கியதாக நான்கு கதைகள் வீ தொகுதியில் உள்ளன. சிதை (சைவம்), முள் (கிறிஸ்தவம்), வீடு (பௌத்தம்) ஆகிய கதைகளோடு முஸ்லிம் கதையாக சுவை என்ற கதையும் உள்வாங்கப்பட்டுள்ளது.

இறைதூதர் முகம்மது (ஸல்) அவர்களின் வாழ்வியல் அணுகு முறையொன்று இக்கதையில் சொல்லப்படுகின்றது. எப்பொழு தும் தான் உண்ணுவதை அருகிலிருக்கும் தோழர்களுக்குப் பகிர்ந்து கொடுக்கும் வழக்கத்தைக் கொண்ட அண்ணல் நபி அவர்கள் அன்றைய தினம் மட்டும் கிழவியொருத்தி வழங்கிய பேரீத்தம் பழங்களை அருகிலிருந்த எவருக்கும் ஒரு சுளையாவது வழங் காமல் உண்டு முடித்தார்கள். தோழர்கள் விளக்கம் கேட்டபோது "புளிப்புச் சுவை கொண்ட பழங்கள் அவை. உங்களுக்குத் தந்தி ருந்தால் முகம் சுழித்தபடி உண்டிருப்பீர்கள். கிழவி மனம் வருந்தி யிருப்பாள். அதனை தவிர்ப்பதற்காகவே சுவை வெளியே தெரி யாதவாறு உண்டு முடித்தேன்" என்று பதில் சொன்னார்கள். சிறிய கதையில் பெரிய செய்தி அது.

சுவை கதையில் இன்னுமொரு குறிப்பும் உண்டு.

எஸ்.பொ கதைத் தொகுப்பில் வந்துள்ள 53 கதைகளும் ஐந்து வடிவங்களில் எழுதப்பட்டுள்ளன. நெடுந்தொடர்க் கதை, குறு நாவல், ஒருபக்கக் கதை, மறுவாசிப்புக் கதை, வாய்மொழி வழக்காறுகள் என அவை வகுபடும்.[2] மேலே குறிப்பிட்ட சுவை ஒருபக்கக் கதையாகும்.

சின்னச் சின்ன வரிகள். நாற்பத்தியிரண்டு வசனங்கள். இரண்டு அல்லது மூன்று சொற்கள். மொத்தம் தொண்ணூறு சொற்கள். அதற்குள் கதை முடிகிறது. வாசிக்க வாசிக்கச் சுவை. அது ஒரு பக்கக் கதை.

தமிழ்நாட்டிலிருந்து வெளிவரும் குமுதம், ஆனந்த விகடன் போன்ற சஞ்சிகைகளின் ஒரு பக்கக் கதைகள் தமிழ் இலக்கியத்துக்குப் பங்கம் விளைவிக்கும் என்று 'ஈமான் கொண்ட எஸ்.பொ' ஒரு பக்கக் கதைகள் எழுதுவதாயின் இவ்வாறுதான் எழுத வேண்டுமென்பதற்கான மாதிரியாகவே இதனை எழுதியுள்ளார்.

ஈரா

பல்வேறு பிரதேசங்களிலும் பயிலப்படும் பேச்சு மொழியின் சாயலைத் துல்லியமாக வேறுபடுத்திக் காட்டும் வகையில் நான்கு கதைகள் வீ தொகுதியில் உள்ளன. நெறி தவறிய பாலுறவுச் சிக்கல்கள் இக்கதைகளின் பொதுச் சரடாக அமைந்துள்ளன. திரு கோணமலை மாவட்டக் கிராமமொன்றின் பேச்சுவழக்கில் 'வேலி' கதையும் யாழ்ப்பாணத் தமிழையும் மட்டக்களப்புத் தமிழையும் வேறுபடுத்திக் காட்டத் தக்கதாக முறையே 'மறு' மற்றும் 'விலை' ஆகிய கதைகளும் எழுதப்பட்டுள்ளன. மட்டக்களப்புத் தென் பகுதி முஸ்லிம் மக்கள் பேசும் மொழிநடையில் 'ஈரா' கதை அறிமுகமாகிறது.

வீ தொகுப்பில் ஐந்தாவது கதையாக 'ஈரா' இடம்பெறுகின்றது. முஸ்லிம் பெண்கள் தனது கணவன் இறந்த நாளிலிருந்து தொடராக நான்கு மாதங்களும் பத்து நாட்களும் அனுமதிக்கப்பட்ட உறவினர் தவிர்ந்த ஏனைய ஆண்களிலிருந்து மறைந்து வாழுதல்

இத்தா அனுஷ்டித்தல் எனப்படும். சமய ரீதியாக இது கட்டாய மானதாகும். இத்தா என்ற சொல் சில கிராமப் புறங்களில் ஈரா என வழங்கி வருகின்றது.

மூன்று பெண்களினால் வேண்டத் தகாதவர் என்று விவாகரத் துச் செய்யப்பட்ட முதியவர் ஒருவரை திருமணம் செய்த இளம் பெண்ணின் பாலியல் தேவையை வெளிச்சம் போட்டுக் காட்டு கின்றது ஈரா என்ற இக்கதை. தனது கணவன் இரண்டு மாதங் களுக்கு முன்னர் சுகவீனமுற்று ஆஸ்பத்திரியில் தங்கிச் சிகிச்சை பெற்ற காலத்தில் தகாத உறவு கொண்டு கருத்தரிக்கிறாள். கணவன் மரணித்த நிலையில் வயிற்றில் இரண்டு மாதக் குழந்தையோடு இத்தாவை ஆரம்பித்து நாலு மாதம் பத்து நாளில் இத்தாவைப் பூரணமாக்குகிறாள் என்று கதை முடிகிறது.

கணவனின் கருவாகவே மாற்றானின் கருவைச் சுமக்கும் முடிவுக்கு வரும் இளம் பெண்ணின் மனநிலையை வாழைப் பழத்தில் ஊசி ஏற்றும் பாங்கில் சொல்லும் கதை. நனவோடை உத்தியில் கதை நகர்கின்றது. சமூகத்தின் கையாலாகாத அவலத்தை காறி உமிழ்கிறது ஈரா என்ற இக்கதை.

இருநூறுக்கு மேற்பட்ட கதைகளை எழுதிய பொன்னுத்துரை முஸ்லிம் கதைகளாக இரண்டு கதைகள் மட்டும்தான் எழு தினாரா? என்று கேட்டு விடாதீர்கள். இரண்டும் பொன்னான கதைகள். அவர் தொலைத்த பல கதைகளில் எத்தனை முஸ்லிம் கதைகள் இருந்தனவோ?

ஈரா கதை தொடர்பில் பேச வேண்டிய முக்கிய விடயம் இது.

ஈரா என்ற கதை எஸ்.பொன்னுத்துரை எழுதியது அல்ல. அது மருதூர் கொத்தன் எழுதியது என்ற தகவலை விதைப்பதற்கு சிலர் முயற்சித்து வருகின்றனர்.

தென்கிழக்குப் பல்கலைக்கழகத்தில் 'தமிழ் கலை இலக்கிய வரலாற்றில் தடம் பதித்த கிழக்கிலங்கையர்' என்ற பொருளில் 1999 ஏப்ரலில் ஆய்வுக் கருத்தரங்கு நடைபெற்றது. அதில் கலந்து கொண்ட ஏ.இக்பால் என்பவர் "ஈரா எஸ்.பொன்னுத்துரையின் கதை அல்ல. அது கொத்தனுக்குரியது" என்று பேசினார்.

எஸ்பொ மற்றும் ஏ.இக்பால் ஆகிய இருவருக்குமிடையே நல்லுறவு இருந்ததில்லை என்பதை ஒருபுறம் வைத்துவிட்டு ஈரா தொடர்பான குற்றச்சாட்டின் உண்மைத் தன்மையைக் காணுவது அவசியமாகின்றது.

எஸ்.பொன்னுத்துரை எழுதிய இரண்டு முஸ்லிம் கதைகளில் ஈராவும் ஒன்று என இவ்வத்தியாயம் பேசுவதனால் மருதூர் கொத்தனின் கதையே அது என்ற குற்றச்சாட்டை வலுவாக மறுக்கும் தார்மீக உரிமை இக்கட்டுரைக்கு உண்டு.

அ) இஸ்லாமிய சட்டவிதிகளை விளங்காமை

மேலே குறிப்பிட்டவாறு இஸ்லாமிய ஷரீஆ சட்டவிதி களின்படி முஸ்லிம் பெண்ணொருவர் தனது கணவன் இறந்தால் நான்கு மாதங்களும் பத்து நாட்களும் இத்தா அனுஷ்டித்தல் வேண்டும் என்பது தமிழர் உட்பட அனைவரும் அறிந்த விதி ஆகும். ஆனால் இவ்விதியின் நீட்சியாக கணவன் இறக்கும் போது அப்பெண் கருவுற்றிருந்தால் குழந்தை பிறக்கும் நாள்வரை இத்தா நீடிக்கப்பட வேண்டும் என்ற விதிமுறையை முஸ்லிம் அல்லாத பலரும் அறிந்திருப்பதில்லை.

இந்தக் கதையில் வரும் முஸ்லிம் பெண் தனது கணவன் இறக்கும்போது இரண்டு மாதக் கருவைச் சுமந்தவளான நிலை யிலும் வழமையான முறையில் நாலு மாதங்களும் பத்து நாட்களும் மட்டுமே இத்தா இருந்ததாக கதை முடிகின்றது.

இஸ்லாமிய ஷரீஆ சட்டம் தெரியாத ஒருவரால் இக்கதை எழுதப்பட்டுள்ளது என்பது இங்கு நிரூபணமாகின்றது. முஸ்லிம் கள் அனைவரும் அறிந்து வைத்திருக்கும் ஒரு விதிமுறையை மருதூர் கொத்தன் அறியாமலா இக்கதையை எழுதினார்?

ஆ) இன்னுமொரு கதை எழுதப்படவில்லை

ஈரா என்ற இக்கதை நனவோடை உத்தியில் எழுதப்பட்டுள்ளது. இதே உத்தியில் எஸ்.பொன்னுத்துரை பல கதைகளைத் தந்துள் ளார். அவருக்குக் கைவந்த கலை அது. ஆனால் 1966 தொடங்கி

மருதூர் கொத்தன் அவர்கள் மரணித்த 2004 ஆம் ஆண்டு வரை யுள்ள முப்பத்து எட்டு வருடங்களில் நனவோடை உத்தியில் ஈரா போன்ற தகுதியான தொரு கதை தந்ததில்லை. இதுபற்றி எஸ்பொ பின்வருமாறு பதிவு செய்துள்ளார்.

"ஈரா போன்ற மேலும் நல்ல சிறுகதைகளை மருதூர்க் கொத்தன் படைத்திருந்தால் உண்மையில் மகிழ்வேன். அதற்கு நிகரான இன்னொரு சிறுகதையை அவரால் ஏன் எழுத முடியவில்லை. அவருடைய வாக்கு மூலத்தை சுய தோல்விகளின் ஒப்புதல் என விளங்கி வியாகூலம் அடைகின்றேன்".[3]

இக்கூற்றின் மூலம் ஈரா தன்னுடைய கதை என்பதை எஸ்பொ நமக்குச் சொல்லுகின்றார்.

இ) மருதூர் கொத்தன் கதைத் தொகுப்பு

மருதூர் கொத்தன் உயிரோடிருந்த காலத்தில் 1985 இல் தனது கதைகளைத் தொகுத்து 'மருதூர் கொத்தன் கதைகள்' தொகுதியை வெளியிட்டார். அதில் 11 கதைகள் அடங்கியிருந்தன. அவற்றுள் ஈரா கதை காணப்படவில்லை. அவரது மரணத்துக்குப் பின்னர் 2007 இல் வெளியான 'மருதூர் கொத்தன் கதைகள்' தொகுப்பில் ஈரா கதை இணைக்கப்பட்டிருந்தது. அவரது அனுமதியில்லாமல் இக்கதை சேர்க்கப்பட்டுள்ளது என்றுதானே நினைக்க வேண்டி யுள்ளது.

ஈ) எஸ்பொ நீலாவணனுக்கு எழுதிய கடிதம்

கவிஞர் நீலாவணனே மருதூர் கொத்தனை எஸ்.பொவுக்கு அறிமுகம் செய்து வைத்தவர். இளம்பிறை எம்.ஏ.ரஹ்மான் அடிக்கடி கல்முனைக்கு வந்து, மருதூர் கொத்தன் உட்பட தமிழ் முஸ்லிம் எழுத்தாளர்களை நீலாவணனின் வீட்டில் சந்திப்ப துண்டு. கொத்தன் சிறுகதைத் துறையில் ஆர்வத்துடன் ஈடுபடு வதனை அறிந்து 'கோட்டைமுனைப் பாலத்திலே' என்ற பரிசோ தனை முறைச் செயற்பாட்டில் அவரை இணைத்துக் கொள்ள பொன்னுத்துரையை வேண்டியவர் ரஹ்மானே. அவ்வாறே தின கரனிலும் மரபு என்ற பரிசோதனை முயற்சியில் சிறுகதைக்காக

கொத்தனை இணைத்துக் கொண்டவர். இப்படிப்பட்ட நல்லுறவு இவர்களுக்கிடையே நிலவி வந்தது.

நீலாவணனுக்கு எஸ்.பொ எழுதிய ஒரு கடிதம் ஈரா தொடர்பிலான பிரச்சினைக்கு முற்றுப்புள்ளி வைக்கின்றது. "நான் மருதூர்க்கொத்தனிடம் ஈரா என்ற கதையொன்றை எழுதி அனுப்பி அதன் முஸ்லிம் பிரதேச மொழிச் சொல்லாடல்களின் விகற்பங்களை கை பார்த்துத் தருமாறு கேட்டுள்ளேன். இன்னும் அது கிடைக்கவில்லை. அதனை மருதூர்க்கொத்தனிடம் நினைவூட்டவும்" என அக்கடிதத்தில் எழுதியிருந்தார். இதன்மூலம் ஈரா கதையில் மருதூர்க்கொத்தன் எவ்வாறு உள்நுழைகிறார் என்பதை தெளிந்து கொள்ளலாம்.

கவிஞர் நீலாவணனின் கையிலிருந்த அந்தக் கடிதம் கடந்த வருடம் இளம்பிறை ரஹ்மானின் கைகளில் வந்து சேர்ந்து பத்திரமாக இருப்பதாக தகவல் உள்ளது.

உ) எஸ்.பொ வின் வாக்குமூலம்

ஈரா கதை தொடர்பில் எஸ்பொ தனது கருத்துக்களை வெளியிட்ட சந்தர்ப்பங்கள் சில உண்டு. அவர்மீது கொண்ட காழ்ப்புணர்ச்சி காரணமாக சிலரின் இவ்வாறான பிதற்றல்கள் வெளி வருகின்றன என்பது அவரின் கருத்து.

"இத்தாவை மையமாகக் கொண்டு முஸ்லிம் பழகு தமிழ் பயிலப்படும் ஒரு கதையை எழுதினேன். அதுதான் ஈரா. மட்டக்களப்பு முஸ்லிம் மக்களுடைய பேச்சுத் தமிழை உரியவாறு பயன்படுத்தியுள்ளேனா என்பதைப் பார்த்து செப்பனிடும்படி நண்பர் மருதூர்க்கொத்தனிடம் கேட்டிருந்தேன். அவர் மட்டக்களப்பு முஸ்லிம் மக்களுடைய பேச்சு வழக்கிலுள்ள ஒலி விகற்பங்களை நல்ல முறையிலே சொல்லித் தந்தார். இந்த உண்மையை நான் என்றும் மறந்தவனல்லன். மறுத்தவனுமல்லன்."[4]

உண்மையைப் போட்டுடைக்கிறார் எஸ்பொ.

ஊ) இன்னுமொரு வாக்குமூலம்

திருகோணமலை மாவட்டத்தில் கிளிவெட்டியை அண்மித்து பெரியவெளிக் கிராமம் அமைந்துள்ளது.

"இந்தக் கிராமத்தைப் பற்றி என் முதலாவது சிறுகதைத் தொகுதியான வீ இலே வரும் 'தாலி' என்ற சிறுகதையில் எழுதி யுள்ளேன். இந்தக் கதை 'நெல்லும் பதரும்' என்ற தலைப்பில் வீரகேசரியில் பிரசுரமாயிற்று. அப்பொழுது இதனை என் நல்ல சிறுகதைகளில் ஒன்று என்று சிவத்தம்பி பொச்சடித்துப் பாராட் டியதும் உண்டு. பெரியவெளியைச் சுற்றியுள்ள அந்த விவசாய நிலங்களிலும் அவற்றைப் பராமரிக்கும் விவசாயக் கிராமங்களி லும் வாழும் மக்களுடைய பழகுதமிழ்ச் சொற்கள் பலவற்றைப் பயின்றிருக்கிறேன். இந்தச் சொற்களையும் அவற்றின் அர்த்தங் களையும் எனக்குச் சொல்லித் தந்தவர் என் மாணவனின் மச்சா னாகிய சுப்பிரமணியம். நல்லவேளை மருதூர்க்கொத்தனைப் போன்று உள்நோக்கற்று விவசாயியாக வாழ்வதினால் அந்தக் கதையை தான் எழுதித் தந்ததாக சுப்பிரமணியம் இன்றுவரை உரிமை பாராட்டியதில்லை".[5]

இந்த வாக்குமூலத்தின் ஊடாக அந்நியமான பிரதேசத்தின் வழக்குச் சொற்களை பிறரிடம் வலிந்து பயிலுதல் வழமையானது தான் என்பதை முன்வைக்கிறார்.

எ) பிறிதொரு வாக்குமூலம்

"நான் ஈரா எழுதியபொழுது கரவாகுப்பற்றுவாழ் முஸ்லிம் களுடைய இயல்பான மொழியைப் பெய்வதற்கு அவர் உதவி னார் என்பது உண்மை. மெதடிஸ்த மத்திய கல்லூரியிலும் சென்றல் ஹோட்டலிலும் நான் சொல்ல அவர் எழுதிய அன்றேல் செப்பமிட்ட கதைகளை யார் கணக்கில் வைப்பது? இவற்றை யெல்லாம் மறந்து நான் எழுதிக் கொடுத்தேன் என்று மருதூர்க் கொத்தன் அலறுவது ஏன்? மகா குழந்தைத் தனமானது.[6]

நியாயமும் யதார்த்தமும் நிறைந்த கேள்வியை மருதூர்க்கொத்த னுக்கு எதிராக பொன்னுத்துரை வீசி எறிகிறார்.

ஏ) இறுதி வாக்குமூலம்

எஸ்.பொன்னுத்துரை அவர்கள் ஈரா போன்ற பிரச்சினைகள் பலவற்றை எதிர்நோக்கியவர். சலசலப்புக்கு அஞ்சாதவர். கூழ் முட்டை அபிஷேகம் நடந்த சாகித்திய மண்டலக் கூட்டத்திலே பகிரங்கமாக "நான்தான் அவர்களுக்கு கதை எழுதிக் கொடுத்தேன்" என்று கூறியவர்.

"இன்றும் தமிழ் இலக்கிய உலகத்திலே எனக்கு எழுதித் தந்ததாகப் பலர் உரிமை பாராட்டுவதும் நான் பலருக்கு எழுதிக் கொடுத்ததாக விமர்சனம் வைப்பதும் தொடர்ந்து நடக்கின்றன. அதுபற்றிய விமர்சனங்களிலே நான் உண்மையில் தலையிட விரும்பியதே இல்லை. காரணம் இவை அனைத்தும் உண்மை யான ஆய்வாளர்கள் ஆராய்ந்து சொல்ல வேண்டிய தீர்வுகளுக்குக் காத்திருக்கின்றன.[7]

அவரின் இந்த வாக்குமூலத்தில் தன்னைப் புடம்போட்டுப் பேசுகிறார். அதற்கும் மனத்தெளிவும் தைரியமும் வேண்டும்.

மேலுள்ள குறிப்புகளையும் வாக்குமூலங்களையும் கவனத்திற் கொள்ளும்போது எஸ்.பொன்னுத்துரையின் பெயரில் ஈரா கதை வாழும் என்பதையும், எஸ்.பொ ஈரா கதையின் வரலாற்றில் வாழ்வார் என்பதையும் நாம் ஊகித்து விடலாம்.

அடிக்குறிப்பு

1. இந்திரன் :ப.தி.அரசு: எஸ்.பொ ஒரு பன்முகப் பார்வை பக் 159
2. முனைவர் சசிகலா. ப: எஸ்.பொ சிறுகதைகள் ஒரு மதிப்பீடு பக் 187
3. தர்மகுலசிங்கம்.த : தேடல் சில உண்மைகள் பக் 222
4. எஸ்பொ. வரலாற்றில் வாழ்தல் பக் 965
5. மேற்படி பக் 828
6. தர்மகுலசிங்கம்.த :தேடல் சில உண்மைகள் பக் 222
7. எஸ்பொ. தீதும் நன்றும் பிறர்தர வாரா பக் 72;

அத்தியாயம் 15

களிப்பும் கழிப்பும்

எஸ்.பொன்னுத்துரையின் முஸ்லிம் உறவு முளைவிட்டு ஆல விருட்சமாக திமிர்த்து வளர்வதற்கு உயர்கல்விப் பின்னணியும் பாடசாலைச் சமூகமும் மட்டக்களப்பு சூழலும் கம்பளை வாழ்க்கையும் இளம்பிறை ரஹ்மானின் தொடர்பும் காரணிகளாக அமைந்தன.

அந்த உறவின் ஒரு கிளை நதிதான் மணத்தோடும் மகிழ்ச்சி யோடும் அவரைச் சுற்றியிருந்த முஸ்லிம் நட்புகளாகும். இறுதி வரை நட்பிலிருந்தவர்கள், மேலிடத்தை தாஜா பண்ணுவதற் காக அவதூறு பரப்பியவர்கள், எழுத்தில் ஆலோசனை பெற்றவர்கள். வேண்டியவர்கள், வேண்டாதவர்கள் என்று அந்தப் பட்டியல் நீளமானது. அவர்களோடு விரிகிறது இந்த அத்தியாயம்.

எம்.ஏ.எம். சுக்ரி

சுக்ரி அவர்கள் கொழும்பு ஸாஹிரா கல்லூரியின் முதல்நிலை மாணாக்கர்களுள் ஒருவர். தமிழை ஒரு சிறப்புப் பாடமாக பல்கலைக்கழகத்தில் பயில்வதற்கு வாய்ப்புகள் இருந்தும் அறபு மொழிக் கற்கையை அவர் தெரிவு செய்தமை தூரதிருஷ்டியான தீர்மானம் என்பதை பிற்காலத்தில் நிரூபித்தவர். பேருவளை ஜாமியா நளீமியா இஸ்லாமிய கலாபீடத்தின் ரிஷிமூலம் இவர் தான். அங்கு முதல்நிலை பணிப்பாளராகக் கடமையாற்றியவர்.

''என் நண்பர் எம்.ஏ.எம். சுக்ரி அவர்களை அவர் பல்கலைக் கழக மாணாக்கனாக இருந்த காலம் முதலே அறிவேன். அவர் டாக்டர் இமாமின்* நல்மாணாக்கர். அறபு மொழி கற்றவர். அறபு மொழி ஆராய்ச்சிக்காக இங்கிலாந்தில் டாக்டர் பட்டம் பெற்ற வர்''(1) என்று சுக்ரியுடனான தனது நீண்டகால நட்பின் மேன் மையை எஸ்.பொ எழுத்திலே ருசுப்படுத்தியுள்ளார்.

வி.ஏ.கபூர்

தோப்பூரைச் சேர்ந்த இவர் இலங்கை வானொலியில் அறிவிப் பாளராகவும் ஒலிபரப்பாளராகவும் பணிப்பாளராகவும் இருந்து ஓய்வு பெற்றவர். முஸ்லிம் பிரிவு இருந்த நிலையிலும் வானொலி யின் தமிழ் பகுதிக்குப் பொறுப்பாக இருந்தவர்.

''முஸ்லிம் பகுதியில் புதிதுகள் சேர்க்க அவர் விரும்பினார். ஆலோசனைகளுக்காக என்னையும் அழைப்பார். வாராந்தம் இடம்பெறும் 'செவ்வாய் மலர்' போன்ற நிகழ்ச்சிகள் வெற்றி பெற்றமைக்கு அவரோடு நாமும் காரணமாக இருந்தோம்'' என்கி றது எஸ்.பொவின் எழுத்து.(2)

எம்.எச்.குத்தூஸ்

இலங்கை வானொலியில் கடமையாற்றிய எம்.எச்.குத்தூஸ் புத்தளத்தைச் சேர்ந்தவர். இந்தியா சென்று முறைப்படி இசை கற்று வந்தவர். அந்த நுட்பத்தின் ஊடாக வானொலி நிகழ்ச்சிகளை வடிவமைப்பதில் வெற்றி கண்டவர்.

''அவர் என் தீவிர நட்பாளர். தமது குடும்பத்துடன் மட்டக் களப்பு வந்து தங்கிய அந்த இனிய நாள்களை என்னால் எப் பொழுதும் மறக்க ஒண்ணா'' என்று குத்தூஸ் உடனான தனது உறவை எஸ்.பொ வெளிப்படுத்தியுள்ளார்.(3)

ஹாபிஸ் எம்.கே.செய்யத் அகமது

கொழும்பில் 1966 அக்டோபரில் நடைபெற்ற இலங்கை முஸ்லிம் எழுத்தாளர் சங்க ஆண்டு விழாவின்போது தலைவராக

ஏகமனதாகத் தெரிவுசெய்யப்பட்டவர். கலை, இலக்கிய எழுத்துப் பணிகளிலும் ஆய்வுக் கட்டுரைகளை எழுதுவதிலும் ஈடுபட்டவர். இவருடைய 'பாண்டிய நாட்டு அரபு வேந்தர்' என்ற ஆங்கில ஆய்வுக் கட்டுரை இந்தியாவிலிருந்து வெளியான இந்து நாளி தழில் பிரசுரமானது.(4)

தவச குறூப் தமிழ்ப் பத்திரிகைகளான தினபதி, சிந்தாமணி மற்றும் ஐந்து சதம் விலையில் வெளியான தந்தி போன்ற பத்திரிகை களுக்குப் பொறுப்பாக இருந்த எஸ்.டி.சிவநாயகத்தின் நெருங்கிய நண்பர். கோழித்தீன் வியாபாரத்தில் ஈடுபட்ட இவர் சில காலம் மேற்படி பத்திரிகைகளின் மட்டக்களப்பு, ஓட்டமாவடி ஏக விநி யோகத்தராக இருந்தவர். இவர்மீது எஸ்.பொ அளவிலா மதிப்பு வைத்திருந்தார்.(5)

எஸ்பொவின் முஸ்லிம் நேயத் தொடர்புகளுக்கு எம்.ஏ. ரஹ்மான் உயிர் இழையாக இருந்தவர். மேலே குறிப்பிட்ட வீ.ஏ. கபூர், எம்.எச்.குத்தூஸ், ஹாபிஸ் எம்.கே.செய்யத் அகமது ஆகி யோரை எஸ்.பொவுக்கு அறிமுகம் செய்து வைத்தவர் அவரே.

ஏ.முகம்மது சமீம்

பதுளையைச் சேர்ந்த இவர் கல்வி அமைச்சின் உயர் அதிகாரி யாகப் பணியாற்றியவர். வரலாற்றுக் கட்டுரைகள் எழுதியவர். இலங்கை முற்போக்கு எழுத்தாளர் சங்கத்தின் உறுப்பினர் என்ற அடையாளம் தாங்கி நூல் மதிப்பீடுகளையும் முன்வைத்தவர்.

''யாழ்ப்பாணத்தில் நடந்த சாகித்திய விழாவிலே முட்டாபி ஷேக விழாவுக்கு அடியெடுத்துக் கொடுத்தவர் என்ற போதிலும், என்மீது அன்பு பாராட்டி வாழ்ந்தவர் என்பதும் உண்மை. முற் போக்கு இலக்கியத்தின் ஆதரவாளர்களுள் அறிவு நாகரீகம் பேணியவர்களுள் அவர் முக்கியமானவர்''(6) என்று தனது வர லாற்றில் வாழ்தல் நூலிலே பொன்னுத்துரை ஒப்புதல் வாக்கு மூலம் தந்துள்ளார்.

மானா மக்கீன்

இவர் தலைநகர் கொழும்பைச் சேர்ந்தவர். ஆரம்ப காலங்களில் எம்.எம்.மக்கீன் என்ற பெயரோடு எழுத ஆரம்பித்து தற்போது மானா மக்கீன் என கட்டுரை, பத்தி எழுத்து முயற்சிகளில் ஈடு பட்டு வருகிறார். 1977 ஆம் ஆண்டு ஆட்சிக்கு வந்த ஐ.தே.க. அரசில் எஸ்.பொ உறுப்பினராக இருந்த இலங்கை கலாசார பேரவையின் தமிழ் நாடகக் குழுவில் இவரும் உறுப்பினராக இருந்தார். இவர்பற்றி எஸ்.பொ என்ன சொல்கிறார்?

"இந்தக் குழுவில் எம்.எம்.மக்கீனுடைய நியமனத்தைப் பற்றி மட்டும் நான் திருப்திப்படவில்லை. மக்கீனின் மகா ஆதர்ஷம் தமிழ்வாணன் என்றால், அவருடைய இலக்கிய ஊழியத்தின் தடத்தினை நீங்கள் புரிந்து கொள்ளலாம். மக்கீன்மீது எனக்கு தனிப்பட்ட முறையில் எந்தக் கோபமும் கிடையாது. ஆனால் அவருடைய கலை இலக்கிய நடவடிக்கைகள் குழந்தைத்தனமாக அமைந்து எனக்கு எரிச்சலைத் தந்தது. அவர் நாடகங்களை எழுதினார். தயாரித்தார். தினகரனிலே light reading என்கிற நினைவில் ஏதேதோ எழுதினார். அவை அவருடைய சுயேச்சை. அதை நான் ஆட்சேபிக்கவில்லை. ஆனால் இவற்றினால் தனக்கு ஓர் இலக்கிய அங்கீகாரம் உண்டு என நினைத்துச் செயலாற்றி யமை மிகவும் குழந்தைத்தனமானது.[7]

புலவர்மணி ஆ.மு. ஷரிபுத்தீன்

அருகருகே தமிழ்க் கிராமங்களைக் கொண்ட ஊர் மருதமுனை. இங்கு தறியில் நெய்யப்படும் நூலணிகளுக்கு நாடு முழுவதும் பெரும் கிராக்கி உண்டு. இங்குள்ள பெண்கள் முடையும் பாய்கள் கம்பளத்தில் படுப்பது போன்ற சுகத்தைத் தரக்கூடியன. புலவர் மணி ஆ.மு.ஷரீப்தீன் அவர்கள் இங்குதான் பிறந்தார். ஆழ்ந்த தமிழ்ப் புலமை வாய்ந்தவர். பழந்தமிழ் மற்றும் இஸ்லாமிய தமிழ் இலக்கியங்களில் தேர்ந்த ஞானமுள்ளவர். சுவாமி விபுலாநந்தரிடம் பாடம் பயின்றவர். இவரது 'நபிமொழி நாற்பது' என்ற நூல் நேரிசை வெண்பாவில் அமைந்தது. இந்நூல் 1969 இல் சாகித்திய மண்டலப் பரிசு வென்றது.

இவர்பற்றிய எஸ்.பொ.வின் உணர்வுபூர்வமான கருத்து இது. ''ஷரிபுத்தீன் ஹாஜியாரே எனக்குப் புலவர்மணி ஏ.பெரியதம்பிப் பிள்ளையே அறிமுகப்படுத்தி வைத்தார். அயலிலுள்ள தமிழ்க் கிராமங்களிலும் தமிழ்க் கவிதை ஊறும்வகையிலே தமிழ் ஞானம் பரப்பியவர் அவர் என்கிற மரியாதை எனக்கு அவர்மீது என்றும் உண்டு. இந்த அறிமுகத்தினால் 'நபிமொழி நாற்பது' என்கிற தமது கவிதை நூலினை கொழும்பு றெயின்போ அச்சகத்தில் பதிப்பித்தார். அந்தப் பதிப்பின்போது அவருடைய தமிழ் அறிவையும் நேசிப்பையும் உணர்ந்து சிலிர்த்ததுண்டு. அவருடைய வாரிசாக அவர் மகன் டாக்டர் ஜின்னா தமிழ் நேசிப்பினை முன்னெடுத்து தமிழர் உறவுகளை நினைவு கூர்ந்து வாழ்தல் மகிழ்வினைத் தருகின்றது.''(8)

ஜே.எம்.எம். அப்துல் காதிர்

மருதமுனையைச் சேர்ந்தவர். பாடசாலை நிர்வாகத்துறை சார்ந்து அதிபர் பதவியில் இருந்தவர். தமிழிலும் அதன் இலக்கணத்திலும் பரிச்சயம் பெற்றிருந்த விரல்விட்டு எண்ணக்கூடிய முஸ்லிம் அறிஞர்களில் முக்கியமானவர். வந்தாறுமூலையில் காப்பியப் பெருவிழா நடந்தபோது தமிழ்ப் புலமையாளர்களும் பேராசிரியர்களும் மூக்கிலே கை வைத்து வியக்குமளவு ஐம்பெரும் காப்பியங்களுக்கு ஈடாக சீறாப்புராணம் பற்றிப் பேசி நன்மதிப்புப் பெற்றவர். பழந்தமிழ் நூல்களிலே எழும் சந்தேகங்களை தீர்த்து வைக்கும் 'ஆதரிட்டியாக' தமிழ் அறிஞர்களால் இவர் அங்கீகரிக்கப்பட்டிருந்தார். தனக்கெனத் தனியான வசனநடை கைவரப் பெற்றவர்.

கேள்வி அடையாளம் (?) என்ற நூலில் இணைந்துள்ள 'பந்தநூல் மூலமும் நச்சாதார்க்குமினியருரையும்' என்ற அங்கதம் ததும்பிய பகுதி வெளிவருவதற்கான தூண்டுதல் அப்துல் காதிரின் நட்பினால் விளைந்தது.

''அப்துல் காதிர் மூலம் அறிமுகமான பந்தநூல் என்னுடைய கற்பனையில் சலனங்களை மட்டுமன்றி அதிர்வலைகளையும் ஏற்படுத்துவதாயிற்று. நகைச்சுவையல்ல. நையாண்டி அல்ல.

parody யும் அல்ல. இதுவரையிலும் தமிழ்ப் படைப்பிலக்கியத்தில் முயலப்படாத ஒன்றின் வடிவமும் அது தொற்றிய தேடலும்'' என்று இதுபற்றி குறிப்பெழுதியுள்ளார்.[9]

எஸ்.ஏ.ஆர்.எம்.செய்யத் ஹசன் மௌலானா

மருதமுனையைச் சேர்ந்தவர். நிந்தவூரில் திருமணம் செய்து வாழ்ந்தவர். மருதமுனையில் 02.07.1966 இல் நடைபெற்ற இஸ்லாமியத் தமிழ் இலக்கிய விழாவின் அமைப்பாளராக இருந்து வெற்றிகரமாகச் செயற்பட்டவர். இந்நிகழ்வே பல்வேறு நாடுகளிலும் நடைபெற்று வரும் இஸ்லாமிய தமிழ் இலக்கிய விழாக்களுக்கு முன்னோடியாக அமைந்தது என்பது அவரின் சிந்தனைத் திறனை எண்பிக்கின்றது.

முகையதீன் புராணம் என்னும் காவியத்துக்கு உரை எழுதியவர். அரசு வெளியீடான இஸ்லாமிய தமிழ் இலக்கியச் சொற்பொழிவுகள் என்ற தொகுப்பு நூலையும் அறபுத் தமிழ்க் கவிதைகளின் யாப்பமைதி, இஸ்லாமும் தமிழும், இலக்கியச் சங்கமம் ஆகிய நூல்களையும் வெளியிட்டவர்.

மருதமுனை பற்றியும் மௌலானா பற்றியும் எஸ்பொவின் பகிர்வு இது.

''மருதமுனைக் கிராமத்தின் தமிழ் உணர்ச்சிக்கும் உயர்வுக்கும் என்றென்றும் பேசப்படும் பெயர்களாக புலவர்மணி சரீப்தீன் ஹாஜியாரும் ஜே.எம்.எம்.அப்துல் காதிரும் விளங்கினார்கள். இந்த மூதறிஞர்களுடைய இலக்கிய சேவைகளை நூல்களாக்கி வாழவைக்க வேண்டும் என்று வாழ்ந்தவர் எஸ்.ஏ.ஹசன் மௌலானா. அவர் என்மீது மிகுந்த மரியாதையும் பாசமும் வைத்திருந்தார். காப்பியச் சொற்பொழிவின் பெரும் வெற்றியைக் கண்டு மகிழ்ந்து நெகிழ்ந்து இஸ்லாமியக் காப்பியங்கள் பற்றிய ஒரு விழாவினை மருதமுனையில் நடத்தினார்''.[10]

இளங்கீரன்

முஸ்லிம் நாவலாசிரியர்கள் வரிசையிலே எம்.சி. சித்திலெப்பை (அசன்பே சரித்திரம்-1885) எம்.ஏ.அப்பாஸ் (இவளைப்பார் -1953)

ஆகியோரை அடுத்து வந்தவர்தான் இளங்கீரன். அவர் 'எதிர்பாராத இரவு' என்ற நாவலை (1954 இல்) எழுதினார். தன் நாவல்களால் வாசகர் கூட்டத்தைக் கட்டிப் போட்டவர்.

மலேசியா, சிங்கப்பூர், தமிழகம் என்று சில காலம் வாழ்ந்தவர். திராவிடக் கட்சிகள் மீதான பிடிப்பினால் அவர்கள் பாணியில் இளங்கீரன் என்று தனது பெயரைச் சூடிக் கொண்டவர். கம்யூனிச கட்சியின் முக்கிய பிரசாரகராகக் கருதப்பட்டவர். இவரது வெள்ளி விழா கொண்டாட்டம் நண்பர்களால் 12.05.1974 இல் கொழும்பில் முன்னெடுக்கப்பட்டது.(11)

எஸ்பொவுக்கு இவர் 'தோழராகவே' அறிமுகமானவர். மரகதம் என்ற இலக்கிய சஞ்சிகையை ஆரம்பித்தாராயினும் தொடர்ந்து அதனை அவரால் நடத்த முடியவில்லை. மரகதம் தொடர்பான எஸ்பொ வின் கருத்துகள் வரலாற்றைத் தேடுவோருக்கு சாட்சியாக உள்ளது.

''பத்திரிகையை நடத்த வேண்டும் என்பதற்காகவும் முஸ்லிம் வர்த்தகர்களுடைய ஆதரவையும் விளம்பரங்களையும் பெற்றுக் கொள்ள வேண்டுமென்பதற்காகவும் இளங்கீரன் தம்மை ஒரு முஸ்லிம் என்று கூறி ஜாதி அபிமானத்தையும் வளர்த்து மரகதத் திற்கு ஆதரவு தேடவில்லை. அதனை நான் அவர் தமிழ் இலக் கியத்தின்மீது கொண்டிருந்த சுயம்புவான ஈடுபாடு என விளங்கிக் கொள்கின்றேன்''.(12)

''அதன் (மரகதம்) வீழ்ச்சி, தோல்வி, மரணம் ஆகிய அனைத் திற்கும் இலங்கை முற்போக்கு எழுத்தாளர் சங்கம் முழுமையாகப் பொறுப்பெடுத்துக் கொள்ளுதலே நேர்மையானது.(13)

ஏ.இக்பால்

அக்கரைப்பற்றைச் சேர்ந்த ஏ.இக்பால் அளுத்கம என்ற ஊரில் திருமணம் செய்தவர். ஆசிரியராகப் பணி புரிந்தவர். வாசிப்பின் பலத்தில் வாழ்ந்தவர். கலாபூஷணம், கலைமணி ஆகிய பட்டங் களைப் பெற்றவர். மாணவர்களுக்காக இலக்கிய ஊற்று என்ற கட்டுரை நூல் எழுதியவர்.

இந்நூல் 1997 ஆம் ஆண்டு நடைமுறைக்கு வந்த க.பொ.த. (உயர்தரம்) பரீட்சைக்கான தமிழ்மொழிப் பாடத்திட்டத்தை மனதில் கொண்டு பதின்மூன்று கட்டுரைகளைத் தாங்கி வெளி வந்தது. பல்கலை வேந்தன் சில்லையூர் செல்வராசன் என்ற தலைப்பிலும் அதில் ஒரு கட்டுரை உள்ளது.

இக்கட்டுரையில் '1965களில் தான்தோன்றிக் கவிராயரின் கவி தைகள் வெறும் 'பிளேங் வேர்ஸ் (Blank Verse) என்று ஒரு நாடகத் தொடக்க விழாவில் காலத்துக் கொவ்வாத கருத்துக்கள் கூறித் தன்னை பிரச்சினைக்குரிய எழுத்தாளர் என்று பிரகடனப்படுத்தும் ஒருவர் கூறினார்' என்று ஒரு பந்தி காணப்படுகின்றது.[14]

தான்தோன்றிக் கவிராயர் சில்லையூர் செல்வராசனே என்பதைக் கட்டுரையை வாசிப்பவர்கள் புரிந்து கொள்ளலாம். ஆனால் காலத் துக் கொவ்வாத கருத்துக்கள் கூறித் தன்னை பிரச்சினைக்குரிய எழுத்தாளர் என்று யாரைக் குறிப்பிட்டார்?

மேடையில் சில்லையூர் செல்வராசனை வைத்துக் கொண்டு அவருக்குக் கவிதை புனையத் தெரியாது என்று பேசியவர் எஸ். பொன்னுத்துரைதான். இதுபற்றி பதிவு உள்ளது.[15]

இன்னுமொரு விடயம் இது.

செங்கதிரோன் த.கோபாலகிருஷ்ணனை ஆசிரியராகக் கொண்டு கிழக்கிலிருந்து வந்த செங்கதிர் என்ற இலக்கிய சஞ்சிகை 2008 ஆம் ஆண்டிலிருந்து தொடர்ச்சியாக அறுபத்தொரு இதழ்களைக் கொண்டு வந்தது. தமிழிலக்கிய உலகில் பேசப்பட்ட சஞ்சிகை அது. அச்சஞ்சிகையில் விசுவாமித்திர பக்கத்தில் சில்லையூர் செல்வராசன் தொடர்பான ஏ.இக்பாலின் கட்டுரை தொடர்பில் ஆறு கேள்விகள் பிரசுரமாகி இருந்தன. அவற்றில் இரண்டு கேள்விகள் பின்வருமாறு

அ) பிரச்சினைக்குரிய அந்த எழுத்தாளர் கூறிய காலத்துக் கொவ்வாத கருத்துக்கள் எவை? அவை உண்மையில் காலத்துக் கொவ்வாத கருத்துக்கள்தானா?

ஆ) மாணவர்களுக்கென எழுதப்பட்ட இக்கட்டுரையில் தன் சொந்தக் கருத்துக்களை விதைத்தமை பற்றி கட்டுரையாளரின் இன்றளவிலான நிலைப்பாடு என்ன?[16]

ஏ.இக்பால் உயிரோடு இருந்த காலத்தில் வெளியான கேள்விகள் இவை. செங்கதிர் நின்று போன 2013 ஜனவரி வரையான ஆறு மாதங்கள் வரை அவரின் பதில் பிரசுரமாகவில்லை. பதில் கிடைக்கவில்லை என்று செங்கதிர் ஆசிரியர் உறுதிப்படுத்தினார்.

ஏ.இக்பால் எஸ்.பொன்னுத்துரைக்கு எதிரான கருத்தியலில் தொடர்ந்தும் வாழ்ந்தவர் என்பதை மேலுள்ள தகவல்கள் தெரிவிக் கின்றன.

அவர்பற்றி எஸ்.பொ பின்வருமாறு எழுதியுள்ளார். ''ஏ.இக்பால் முன்னொரு காலத்தில் கவிதை என்ற நினைப்பில் சொல்லடுக் கிப் பார்த்து 'இந்த வியாபாரம் நமக்குக் கட்டாது' என்று கவிதைத் துறையை விட்டு ஓட்டமெடுத்தவர்''.[17]

எஸ்.எல்.எம். ஹனிபா

கிழக்கு மாகாணம் ஓட்டமாவடியைப் பிறப்பிடமாகக் கொண்டு வாழ்ந்து வருகிறார். நீண்ட காலமாக ஆக்க இலக்கியத் துறைக் குள் நின்று நிலைப்பவர். தினபதி பத்திரிகையின் தினம் ஒரு சிறு கதை திட்டத்தில் இணைந்து கொள்ள சிபார்சு பெற எஸ். பொன்னுத்துரையிடம் வந்ததிலிருந்து அவருடனான உறவு ஆரம்ப மாகின்றது. 'மக்கத்துச் சால்வை' என்ற அவரது முதலாவது சிறு கதைத் தொகுதிக்கு எஸ்.பொ. முன்னீடு வழங்கினார்.

''எஸ்.எல்.எம்.ஹனிபா அந்தக் காலத்தில் லா.ச.ராமாமிர்தம், நீலபத்மனாபன் ஆகியோருடைய கதைகளை விரும்பி வாசித்தார். கல்கியுடன் மாரடித்துக் கொண்டிருந்த மட்டக்களப்பு எழுத்தா ளர்களிலிருந்து அவர் வித்தியாசப்பட்டவராக எனக்குத் தோன்றி னார். அவடைய சிறுகதை வார்ப்பும் நன்றாகவே இருந்தது'' என்று எஸ்பொ அவர் பற்றிச் சொல்லியுள்ளார்.[18]

பி.எச்.அப்துல் ஹமீத்

இலங்கையிலும் தமிழ்நாட்டிலும் தமிழுலகம் எங்கணும் இவர் புகழ் சிகரம் தொட்டு நிற்கிறது. அறிவிப்பாளராகவே மக்களுக்கு மத்தியில் தன் பெயர் நிலைபெற வேண்டுமென்பதற்காக பல பதவி உயர்வுகளை நாடாதவர். ''தமிழகத்துக்கு தன்னை அறி முகப்படுத்தியவர் வி.கே.டி பாலன்'' என்று கூறும் ஹமீத்[19] இன்று புகழின் உச்சாணியில் உள்ளார். வானொலி நாடகத்தில் நடிக்க வந்த சந்தர்ப்பத்திலேதான் எஸ்.பொ. அறிமுகம் இவருக்குக் கிட்டியது.

''இன்று தமிழ் ஒலிபரப்பிலும் தமிழ் ஒளிபரப்பிலும் தமது குரல் வளத்தினாலும் சுருதி சுத்தமான தமிழ் உச்சரிப்பினாலும் உலகக் கலைஞராய் ஏற்றுக் கொள்ளப்பட்டிருக்கும் பி.எச். அப்துல் ஹமீத் தாஜ்மகால் நிழலில் நாடகத்தில் பங்கு பற்றினார். பின்ன ரும் அவர் தனது அனைத்து வளர்ச்சிக் கட்டங்களிலும் என்னுடன் நட்புறவு பேணி வந்தமை மகா குளிர்ச்சி தருகிறது'' என்று எஸ்.பொ மகிழ்ந்தார்''.[20]

ஏ.சி.எம்.சுபியான்

தமிழ்நாடு இராமேஸ்வரம் தங்கச்சிமடத்தைப் பூர்வீகமாகக் கொண்ட இவர் இலங்கையின் தென் மாவட்டத்தைச் சேர்ந்தவர். கல்விஅமைச்சில் பணிப்பாளராக இருந்த செல்வி கமலா பீரிஸ் என்பவரின் நேரடி உதவியாளராக இருந்தவர். பாடவிதான அபி விருத்தி சபையின் தமிழ்ப் பாடநூல் எழுதும் குழுவிலே எஸ். பொன்னுத்துரை உறுப்பினராக இருந்தபோது அவருக்கு அறிமுக மானவர். எஸ்.பொவுடன் அன்பாகப் பழகியவர்.

புதிதாக அறிமுகமாகிய சமூகக் கல்விப் பாடத்துக்கு ''மாவட்டம் தோறும் சேவைக்கால ஆசிரிய ஆலோசகர் நியமனங்கள் வழங் கப்பட்டபோது அதனை எனக்குப் பெற்றுத் தருவதில் முன்னின் றவர் சுபியான்'' என்று நன்றியோடு பேசியிருக்கிறார்.[21]

அஸாரியா நுபைல்

பம்பலப்பிட்டி முஸ்லிம் மகளிர் கல்லூரியின் அதிபராக இருந்தவர். ஆயிரத்துத் தொள்ளாயிரத்து அறுபதுகளின் நடுப்பகுதியில் கல்வி அமைச்சின் பாடவிதான சீரமைப்புக் குழுவிலே சரித்திர பாடக்குழுவிலே இருந்தவர். பின்வந்த காலங்களில் அவுஸ்திரேலியாவில் குடியேறி வாழ்ந்தவர். சிட்னியில் நடைபெறும் தமிழ் இலக்கிய விழாக்களிலே இலங்கை முஸ்லிம்களின் தமிழ் அக்கறையை பகிரங்கமாகச் சொல்லி வாழ்பவர்.

''இவர் புலம் பெயர்ந்து அவுஸ்திரேலியாவுக்கு வந்தபொழுது அவருடைய பாடவிதான அபிவிருத்தித் துறையிலுள்ள அநுபவத்தையும் தமிழ் நேசிப்பினையும் பயன்படுத்துமாறு சிட்னி வாழ் தமிழ் சமூகத்தை நான் கேட்டிருந்தேன்''.[22]

சுஹைர் ஹமீது

கலை இலக்கியச் செயற்பாடுகளிலே குறிப்பாக நாடக அளிக்கை தொடர்பில் எஸ்பொவுடன் நெருக்கமாகப் பழகியவர் சுஹைர் ஹமீது. அவர் பற்றி பல தடவைகள் பேசியும் எழுதியும் இருக்கிறார்.

''சுஹேர் ஹமீதுக்கு மேலை நாட்டு நாடகங்களிலும் அவை முன்வைக்கும் வடிவங்களிலும் நிரம்பிய புலமை இருந்தது. கொழும்பு வடக்கிலே வாழ்ந்த நாடகக் கலைஞர்கள் மத்தியிலே அவர் புதிய நம்பிக்கையையும் ஆர்வம் மிகுந்த ஈடுபாட்டையும் ஏற்படுத்தினார்''.[23]

மேலே கண்டது முஸ்லிம் ஆளுமைகள் சிலர் பற்றிய எஸ். பொவின் மிகச் சுருக்கமான பார்வை. விசாலமான பார்வையை இந்நூல் தாங்காது. எஸ்.பொவின் கருத்துக்களை காலத்தோடு ஒட்டிப் பார்ப்பது அன்றைய சூழ்நிலையை விளங்கிக் கொள்ள ஏதுவாகலாம் என்ற நோக்கத்திலேயே இங்கு சுருக்கமாகத் தரப்பட்டது. ஒரு சிலரை மட்டும் மாதிரி (Sample) யாக எடுத்துக் கொள்ளப்பட்டது.

எஸ்.பொவின் தமிழ் ஊழியத்திலே ஏதோவொரு தளத்தில் அவரைச் சுற்றியிருந்த சில முஸ்லிம் உறவுகளின் சாட்சிகள் இவை.

இவர்களோடு இன்னும் பலர் இருக்கின்றனர். இந்நூலாசிரியனின் பெயர் உட்பட ஏதோவொரு வகையில் தொடர்புபட்டிருந்த 80 இற்கும் மேற்பட்ட முஸ்லிம்களின் பெயர்களை தனது சுய சரிதையில் பதிவு செய்துள்ளார்.

வரலாற்றில் வாழ்தல். இஸ்லாமும் தமிழும். எஸ்.பொ எழுத்துக்கள் போன்ற ஆக்கங்களில் இவர்கள் வாழ்கிறார்கள்.

அடிக்குறிப்பு

- டாக்டர் எஸ்.ஏ.இமாம் என்பவர் இலங்கை பல்கலைக்கழகத்தில் விபுலாநந்த அடிகள் தமிழ்த்துறைத் தலைவராக இருந்த காலத்தில் அறபு மொழி விரிவுரையாளராகக் கடமையாற்றிவர்.
பீர் முகம்மது. ஏ. 'விபுலாநந்த அடிகளும் முஸ்லிம்களும்' பக்.41

1. எஸ்.பொ. இஸ்லாமும் தமிழும் பக் 61
2. எஸ்.பொ வரலாற்றில் வாழ்தல் பக் 997
3. மேற்படி பக் 994
4. ரஹ்மான் எம்.ஏ. இளம்பிறை (சஞ்சிகை) நவம்பர் 1966 பக் 5
5. எஸ்.பொ வரலாற்றில் வாழ்தல் பக் 1053
6. மேற்படி பக் 1088
7. மேற்படி பக் 1407
8. மேற்படி பக் 1390
9. மேற்படி பக் 1014
10. மேற்படி பக் 937
11. மருதூர் ஏ மஜீத் 'மறக்க முடியாத என் இலக்கிய நினைவுகள்' பக் 114
12. எஸ்.பொ வரலாற்றில் வாழ்தல் பக் 815
13. மேற்படி பக் 816
14. இக்பால்.ஏ. இலக்கிய ஊற்று பக்43
15. ரஹ்மான் எம்.ஏ இளம்பிறை (சஞ்சிகை) சாகித்திய மலர் பக்112
16. கோபாலகிருஸ்ணன்.த. செங்கதிர் (சஞ்சிகை) ஜூன் 2012 பக் 55

17. எஸ்.பொ. இஸ்லாமும் தமிழும் பக் 20
18. எஸ்.பொ வரலாற்றில் வாழ்தல் பக் 1107
19. மேற்படி பக் 1418
20. மேற்படி பக் 994
21. மேற்படி பக் 1425
22. மேற்படி பக் 1264
23. மேற்படி பக் 1197

அத்தியாயம் 16

கட்சியும் காட்சியும்

மாணவனாக இருந்த காலத்திலேயே எஸ்.பொன்னுத்துரை அரசியல் செயற்பாடுகளில் விருப்புடையவர். யாழ்ப்பாணத்தில் இலங்கை கம்யூனிஸ்ட் கட்சி தோற்றுவிக்கப்பட்ட புதிதில் அக் கட்சியை அறிந்து கொள்ளும் வாய்ப்பு அவருக்குக் கிடைத்தது. உத்தியோகபூர்வ பத்திரிகையான தேசாபிமானியை விற்பனை செய்யும் நிலைக்குத் தன்னைத் தயார்படுத்திக் கொண்டவர். யாழ்ப்பாணம் புனித சம்பத்திரிசியார் கல்லூரியில் படிக்கின்ற காலத்தில் இந்தக் குற்றச்சாட்டுகளுக்காக பாடசாலையிலிருந்து ‘டிஸ்மிஸ்’ செய்யப்பட்டார்.

கம்யூனிஸ்ட் கட்சியைச் சேர்ந்த தோழர் ப. ஜீவாநந்தம் இலங் கையில் தங்கியிருந்த காலத்தில் அவரை அத்தான் எம்.சி. சுப்பிரமணியம் அவர்களின் வீட்டில் சந்தித்துப் பேசியவர். சுப்பிரமணியம் அவர்கள் பிற்காலத்தில் தமிழ் காங்கிரஸ் கட்சியின் நாடாளுமன்ற உறுப்பினராக இருந்தவர். தோழர் ஜீவாவுடன் அவ்வாறான சந்திப்புகள் நிகழ்ந்த காலத்தில், முற்போக்கு எழுத் தாளர்கள் என்று பின்வந்த காலங்களில் சொல்லி நமக்கு அறிமுகமான எவரும் கம்யூனிஸ்ட் கட்சி ஆதரவாளர்களாகவோ எழுத்தாளர்களாகவோ இருக்கவில்லை. அத்தகைய இளம் வயதில் பதினாறு வயதில் அரசியல் செயற்பாடுகளோடு தொடர்பு பட்டவர் எஸ்.பொன்னுத்துரை என்பது சிறப்பாகக் குறிப்பிடப் பட வேண்டியதொன்றாகும்.

யாழ்ப்பாணம் முற்றவெளி மைதானத்தில் (யாழ்ப்பாண நூலகம் காலம் கடந்து இந்த முற்றவெளியில்தான் பிறந்தது.) இடம்பெற்ற பொதுக் கூட்டத்தில் (1948) தோழர் ஜீவாநந்தம் இரண்டு மணித்தியாலங்கள் பேசினார். அந்தப் பேச்சில் மயங்கி தன்னை இழந்தவர் எஸ்.பொ.

பள்ளிப் பருவத்திலே அரசியலை விளங்கி வளர்ந்த எஸ்.பொ தமிழ் அரசியலில் முக்கிய செயற்பாட்டாளராக மாறினார். வடக்கிலும் கிழக்கிலும் தமிழரசுக் கட்சியின் தீவிர எதிர்ப்பாளராக இயங்கினார். மேடை மேடையாகப் பேசினார்.

முஸ்லிம் அரசியலும் அவரை விட்டு வைக்கவில்லை. அரசியல் வாதிகள் பலரின் நட்பும் உறவும் அறிமுகமும் கிடைத்தன. அதுபற்றி அறியத்தர விழைகிறது இந்த அத்தியாயம்.

கலாநிதி பதியுத்தீன் மகுமூத்

தென்னிலங்கைப் பிரதேசமான மாத்தறை மாவட்டத்தில் 23.06.1904 இல் பிறந்த பதியுத்தீன் மகுமூத் வடஇந்தியாவிலுள்ள அலிகார் பல்கலைக்கழகத்தில் முதுமாணி பட்டம் பெற்றவர். 1939 இல் இலங்கை திரும்பிய அவர் தனது கல்விப்பணியையும் சமுதாயப் பணியையும் விரிவாக்கி தேச நலனுக்காகவும் தனது சமூகத்தின் நலனுக்காகவும் தீவிர அரசியல் செயற்பாட்டில் இறங்கினார்.

கொழும்பிலே 05.03.1939 இல் இடம் பெற்ற அகில இலங்கை முஸ்லிம் அரசியல் மகாநாட்டிலே அவர் ஆற்றிய உரை அவரின் பரந்த சிந்தனை வெளியைப் படம்பிடித்துக் காட்டுகின்றது. இன்றைய சூழ்நிலையை அன்றே சொன்ன உரை அது.

''நாங்கள் ஐரோப்பியர்களை விட எந்தவகையிலும் குறைந்தவர்கள் அல்ல. வர்த்தகத்திலும் அவர்களைவிட நாமே உயர்ந்தவர்கள். இந்த நாட்டு வரலாற்றிலும் நெருங்கிய தொடர்பு கொண்டவர்கள். ஆனால் இன்றைய அரசியலில் நாங்கள் பின்தள்ளப் பட்டுள்ளோம். ஒரு சமூகம் நாட்டின் முன்னேற்றத்திற்கு அதன் பங்கை நிறைவேற்ற வேண்டுமானால் அந்தச் சமூகத்துக்குரிய அரசியல் உரிமைகள் வழங்கப்படுவது அவசியமாகும்''.(1)

இந்தக் கூட்டத்தில் ஏற்றப்பட்ட சுடர் விளக்குத்தான் முஸ்லிம் அரசியலின் திருப்புமுனையாகும். அன்றிலிருந்து பதியுத்தீன் தீவிர அரசியலில் இறங்கினார். எஸ்.டபிள்யு.ஆர்.டி பண்டாரநாயக்கா வின் ஸ்ரீலங்கா சுதந்திரக் கட்சியில் இணைந்தார். இணைச் செய லாளராகவும் பதவி வகித்தார். ஸ்ரீமாவோ பண்டாரநாயக்காவின் இரு அரசாங்கக் காலங்களில் மொத்தமாக பத்து வருடங்கள் கல்வி அமைச்சராக இருந்தார்.

இவருடைய காலத்தில் ஆசிரிய நியமனங்கள், ஆசிரிய கலா சாலையில் கூடுதல் மாணவர் அனுமதி, பாடவிதானத்தில் இஸ் லாமிய இலக்கியத்தை இணைத்தமை என்று கல்வித் துறையில் முஸ்லிம் சமூகம் பாரிய நன்மைகளைப் பெற்றன. அவ்வாறே முஸ்லிம்கள் மட்டுமல்லாது அனைத்து சமூகங்களும் பயனடை யும் விதத்தில் பல நடவடிக்கைகளையும் முன்னெடுத்தார். உதவி நன்கொடை பெறும் பாடசாலைகள் அரசுடைமை ஆக்கப்பட் டன. பல்கலைக்கழக அனுமதிக்கான தரப்படுத்தல் திட்டம் மற்றும் மாவட்டக் கோட்டாமுறை வடபகுதி மாணவர்களுக்குச் சிறிய பாதிப்பை ஏற்படுத்தினாலும் நாடளாவிய ரீதியில் தமிழ், முஸ்லிம், சிங்கள கிராமப்புற மாணவர்கள் மிக்க பயன் பெற்ற னர். குறிப்பாக கிழக்கு மாகாண தமிழ், முஸ்லிம் மாணவர் களுக்கு இத்திட்டம் வரப்பிரசாதமாக அமைந்தது. இவர் காலத் திலேயே யாழ்ப்பாணப் பல்கலைக்கழகம் 05.10.1974 இல் ஸ்ரீமாவோ அம்மையாரால் அங்குரார்ப்பணம் செய்து வைக்கப் பட்டது. முஸ்லிம் சமூகத்தின் தானைத் தலைவனாக நிமிர்ந்த பதியுத்தீன் மகுமூத் தனது 93வது வயதில் 16.06.1997இல் இவ் வுலகிலிருந்து நீங்கினார்.

பதியுத்தீன் அவர்களுடனான பொன்னுத்துரையின் உறவு 1954 இல் கம்பளை ஸாஹிராவில் ஆசிரிய நியமனம் பெற்றுச் சென்ற வேளையில் ஆரம்பமாகின்றது. பாடசாலை அதிபராக இருந்த பதியுத்தீன் சமகாலத்தில் அரசியல் சமூகப் பணிகளிலும் தீவிரமாக செயல்பட்டவர். அவரால் ஏற்பாடு செய்யப்பட்ட கூட்டங்களிலும் மகாநாடுகளிலும் அவர் ஆற்றிய ஆங்கில உரைகளை சில சமயங்களில் தமிழில் பொன்னுத்துரை மொழிபெயர்ப்புச் செய்த சந்தர்ப்பங்களும் உண்டு.

கம்பளையிலிலிருந்து விலகி வந்த பின்னர், பதியுத்தீனை எஸ்பொ சந்திக்கும் இரண்டாவது சந்தர்ப்பம் திருகோணமலையில் வாய்த்தது. சிறிமா அம்மையார் தலைமையில் பதியுத்தீன் மகுமூத் உட்பட்ட குழுவினர் 1960 ஜூலைத் தேர்தல் பிரச்சார வேலைகளுக்காக திருகோணமலை வந்திருந்தனர். அத்தேர்தலில் திருகோணமலைத் தொகுதியில் ஈ.ஆர்.எஸ்.ஆர். குமாரசாமி ஸ்ரீ லங்கா சுதந்திரக் கட்சி சார்பில் போட்டியிட்டார். அவரை ஆதரித்து நடைபெற்ற கூட்டத்திலே எஸ்.பொ இரண்டு மணித்தியலங்கள் பேசினார். மூதூர் தொகுதிப் பிரச்சாரக் கூட்டத்தை முடித்துவிட்டு ஸ்ரீமா, பதியுத்தீன் குழுவினர் திருகோணமலைக்கு வந்தபோது கூட்ட மேடையில் வைத்து ஏற்பாட்டாளர்கள் எஸ்.பொவை பதியுத்தீன் மகுமூத் அவர்களுக்கு அறிமுகம் செய்ய முனைந்தனர். அப்பொழுது பதியுத்தீன் அவர்கள் ''அவரை எனக்குத் தெரியும். கம்பளை ஸாஹிராவில் என்னுடன் பணியாற்றியவர்'' என்று கூறி பொன்னுத்துரையிடம் சுகம் விசாரித்த பின்னர் ஸ்ரீமாவுக்கும் ஏனையோருக்கும் அவரை அறிமுகம் செய்து வைத்தார்.(2)

மட்டக்களப்புத் தொகுதியில் மூன்றாவது சந்திப்பு நிகழ்கின்றது. இத்தொகுதியில் 1977ஆம் ஆண்டுத் தேர்தலில் பதியுத்தீன் மகுமூத், செல்லையா இராசதுரை, காசிஆனந்தன், இராஜன் செல்வ நாயகம், டாக்டர் பரீத் மீராலெப்பை போன்ற பிரபலங்கள் பலர் போட்டியிட்டனர்.

எஸ்பொவின் ஆதரவை நாடி பதியுத்தீன் ஏறாவூர் எம்.ஏ.சி.ஏ. ரஹ்மானைத் தூது அனுப்பினார். மட்டக்களப்புத் தொகுதியில் தானும் இராசதுரையும் வெற்றிபெற ஆதரவளிக்குமாறு கேட்டிருந்தார்.(3) செ.இராசதுரைக்கு எதிரான நிலைப்பாட்டில் எப்போதும் காலூன்றி நிற்கும் எஸ்.பொ அக்கோரிக்கையை ஏற்கவில்லை. தன்னுடைய விருப்பத்துக்குரிய மாணவர்கள் போட்டியிடும் இத்தொகுதியில் தான் ஒதுங்கியிருக்க விரும்புவதாகக் கூறி நாகரிமாக விலகிக் கொண்டார்.

முஸ்லிம்களின் ஏகோபித்த தலைவராக விளங்கிய கலாநிதி பதியுத்தீன் பல சந்தர்ப்பங்களில் ஸ்ரீலங்கா சுதந்திரக் கட்சியுடன்

இணைந்து பணியாற்ற வருமாறு எஸ்பொ வுக்கு அழைப்புகள் விடுத்த போதிலும் அக்கட்சியின் அரசியல் அணுகுமுறையை விரும்பாத காரணத்தினால் அந்தக் கோரிக்கையை நிராகரித்ததாக பதிவு செய்துள்ளார். மட்டுமல்லாது பதியுத்தீன் அவர்களுடன் தனக்கிருந்த தொடர்புகளைப் பயன்படுத்தி அவர் கல்வி அமைச்ச ராக இருந்த காலத்தில் பல பதவி உயர்வுகளை தான் பெற வாய்ப்பிருந்தும் நட்புறவின் காரணமாக சுயநலத்தை அடகு வைக்க விரும்பவில்லையென்று எஸ்.பொ தெரிவித்துள்ளமை யும் குறிப்பிடத்தக்கது.

மூதூர் ஏ.எல்.ஏ. மஜீது

திருகோணமலை மாவட்டம் கிண்ணியாவில் பிறந்தவர். மட் டக்களப்பு சிவாநந்தா வித்தியாலயத்தில் கல்வி கற்று சென்னை இராஜதானிக் கல்லூரியில் பட்டம் பெற்றவர். கிண்ணியா மகா வித்தியாலயத்தில் அதிபராகக் கடமை பார்த்தவர். பின்னர் ஸ்ரீ லங்கா சுதந்திரக் கட்சியில் இணைந்து 1960 ஜூலை தேர்தலில் மூதூர் தொகுதியில் போட்டியிட்டு இரண்டாவது அங்கத்தவராகத் தெரிவு செய்யப்பட்டார். அன்றிலிருந்து மூதூர் மஜீத் என்றே பலராலும் அழைக்கப்படலானார். தேர்தல் பிரச்சாரத்திற்காக திருகோணமலை வந்தபோது இருவரும் அறிமுகமாகின்றனர்.[4] தொடர்ந்து வந்த 1965, 1970 பாராளுமன்றத் தேர்தல்களிலும் வெற்றி சுவைத்தவர். ஸ்ரீமாவோ தலைமையிலான அரசாங்கத்தில் (1970) தகவல் ஒலிபரப்பு பிரதி அமைச்சராக கடமையில் இருந்தார்.

இவருடனான எஸ்.பொன்னுத்துரையின் நெருக்கம் 1964 இல் சம்பவித்தது. கவிஞர் அண்ணல்மீது கொண்டிருந்த உறவு கார ணமாக எஸ்.பொ அடிக்கடி கிண்ணியா வந்து தங்கிச் செல்லும் வழக்கமுடையவர். அண்ணல் மரணமடைந்த சந்தர்ப்பத்தில் கிண்ணியா சென்று ஊர் திரும்பிய வேளையில் பொன்னுத் துரையிடம் மூதூர் மஜீத் பின்வருமாறு சொன்னார்.

''பொன்னு அண்ணல் மறைந்த துக்கத்திலே கிண்ணியாவை நீ மறந்துவிட வேண்டாம். உன் வருகைக்காக அண்ணலின் வீட்டுக்

கதவுகள் எவ்வாறு திறந்து கிடந்தனவோ அவ்வாறே என் வீட்டுக் கதவுகளும் திறந்திருக்கின்றன".[5]

"மூதூர் தொகுதியிலே நடத்திய முஸ்லிம் கலை விழாக்களுக்கு என்னுடைய ஆலோசனைகளை தவறாது கேட்டு மரியாதை செய்பவர். எங்கள் பொன்னுத்துரை கத்னா (சுன்னத்) செய்து கொள்ளாத முஸ்லிம் என்று தனது முஸ்லிம் நண்பர்களுக்கு தமாஷாக அறிமுகம் செய்து மகிழ்தல் அவருடைய சுபாவம்" என்று மஜீத் பற்றி எஸ்பொ எழுதியுள்ளார்.[6]

அவர்கள் இருவருக்குமிடையிலான உறவைப் பேசும் காட்சிகள் அவை.

"ரஹ்மானையும் மஜீதையும் விட்டுவிட்டு வாருங்கள். (அமைச்சர்) குமாரசூரியரிடம் அறிமுகம் செய்து வைக்கிறோம். அவர் உங்கள் முன்னேற்றத்துக்கு உதவுவார் என்று என்னிடம் தூது வந்தனர். இவ்வாறு வந்தவர்களுடைய நாணயத்தினை நான் சந்தேகித்தேன்" என்ற எஸ்.பொவின் பதிவு[7] சவால்களுக்கு மத்தியிலும் முஸ்லிம் நட்புகளை எஸ்பொ தொடர்ந்தார் என்பதை எண்பிக்கின்றது.

டாக்டர் பரீத் மீராலெப்பை

டாக்டர் பரீத் மீராலெப்பை என்று நன்கு அறியப்பட்ட எம்.எல்.அகமட் பரீத் ஏறாவூர் பிரதேசத்தைச் சேர்ந்தவர். மட்டக்களப்பு மத்திய கல்லூரியிலே எஸ்.பொன்னுத்துரையின் விருப்புக்குரிய மாணவர்களில் ஒருவர்.

இரட்டை அங்கத்தவர் தொகுதியான மட்டக்களப்பிலே 1977 இல் ஐ.தே.க. சார்பாகப் போட்டியிட்டு, ஸ்ரீலங்கா சுதந்திரக் கட்சி வேட்பாளர் டாக்டர் பதியுத்தீனைத் தோற்கடித்து வெற்றி சாதித்தவர். பாராளுமன்றம் செல்வதற்கு முன்னரே பெரும் நிதி வசதிகளைக் கொண்டிருந்தவர். இதன் காரணமாக வைத்தியத் தொழிலை விட்டு அரசியலுக்கு வந்தார். பாடசாலை விட்டு விலகிய பின்னரும் எஸ்.பொன்னுத்துரையோடு நெருங்கிய உறவில் இருந்தார்.

எஸ்.பொவிடம் கல்வி கற்று பாடசாலைக் காலம் கழிந்த பின்னரும் அவருடன் தொடர்ந்தும் உறவாடி வந்த பல மாணவர்கள், 1977ஆம் ஆண்டு பொதுத் தேர்தலில் மட்டக்களப்பு தொகுதியில் போட்டியிட்டனர். அவர்கள் அனைவரும் தங்களது ஆசிரியரின் ஆதரவை நாடி நின்றார்கள். எனவே இத்தேர்தலில் ஒதுங்கியிருப்பதே நல்லதென்ற முடிவுக்கு எஸ்.பொ வந்தார்.

காசி ஆனந்தனும் பரீத் மீராலெப்பையும் மட்டக்களப்பு மத்திய கல்லூரியில் ஒன்றாகப் படித்தவர்கள். இருவரும் போட்டியிட்டனர். தன்னை ஆதரிக்குமாறு ஆசிரியர் பொன்னுத்துரையை அவர்கள் கேட்டுக் கொண்டனர். எஸ்.பொ தனது நிலையை விளக்கினார். எனினும் பரீத் மீராலெப்பை தொடர்ந்து அவரை ஆதரிக்குமாறு கேட்டுக் கொண்டே இருந்தார். தன்னை வளர்த்தவர் பொன்னுத்துரை சேர் என்றும் தனக்குப் பேசப் பழக்கி மேடையேற்றி அரசியல்வாதியாக்கியதே அவர்தான் என்றும் கூட்டங்களில் பரீத் மீராலெப்பை பேசினார்.⁽⁸⁾

தான் இம்முறை பெரும்பாலும் துண்டுப் பிரசுரங்கள் மூலமே தனது பிரச்சாரங்களை முன்னெடுக்கவுள்ளதாகவும் கூட்டங்களில் பேசாதுவிட்டாலும் தான் எழுதித் தரும் துண்டுப் பிரசுரங்களை யாவது திருத்தி எழுதித் தரவேண்டுமென்று கேட்டுக் கொண்டார். இதனை எஸ்.பொ ஏற்றுக் கொண்டார். அந்தத் தேர்தலில் பரீத் மீராலெப்பை விநியோகித்த அனைத்துப் பிரசுரங்களும் எஸ்.பொ பார்வையிட்டு செப்பமிட்ட பின்னரே மக்களுக்கு விநியோகமாயின. பரீத் மீராலெப்பை வெற்றியும் பெற்றார்.

கலாசார அமைச்சின்கீழ் வரும் கலை இலக்கியப் பேரவையின் நாடகக் குழுவில் எஸ்.பொன்னுத்துரையின் பெயரைச் சிபார்சு செய்தவர் பாராளுமன்ற உறுப்பினர் என்ற வகையில் பரீத் மீராலெப்பைதான். இச்சந்தர்ப்பத்தில் எஸ்.பொவை முன்னால் வைத்துக் கொண்டு அமைச்சரிடம் பரீத் மீராலெப்பை தொலை பேசியில் பேசினார்.

"என்னுடைய பெயரைச் சொல்லி நான் அவருடைய ஆசிரியர் என்றும் இந்தியாவிலேயே கலை இலக்கியத் துறைகளில் ஈடுபட்டவர் என்றும் கிழக்கு மாகாணத்தில் நாடகத்துறையில்

நான் ஏற்படுத்திய விழிப்புணர்ச்சிகளுக்கு தாம் சாட்சியாக வாழ்வதையும் விளக்கினார். அதுமட்டுமன்றி தனது தேர்தல் வெற்றிக்கு என்னுடைய எழுத்து ஆற்றல் மிகவும் பயன்பட்ட தாகவும் சொன்னார்.''[9]

இந்தச் செய்தி இருவரும் மாறிமாறி உதவிகரமாக இருந்தனர் என்பதை ஒப்புக் கொள்கின்றது.

இன்னுஞ் சில அரசியல்வாதிகள்

மேலேயுள்ள முஸ்லிம் அரசியல்வாதிகளைவிட இன்னுஞ் சிலருடன் தொடர்பும் அறிமுகமும் எஸ்பொவுக்கு இருந்தன. அவர்களில் சுவீற் மஜீத் என அழைக்கப்பட்ட எம்.ஐ.எம்.மஜீத் என்பவரும் ஒருவர். அக்கரைப்பற்றைச் சேர்ந்தவர். அவர் 1956 இல் நடைபெற்ற தேர்தலில் பொத்துவில் தொகுதியில் சுயேச்சை வேட்பாளராகப் போட்டியிட்டார். அவரை எதிர்த்துப் போட்டி யிட்ட எம்.எம் முஸ்தபா வெற்றி பெற்றார். ஆனால் அதே முஸ்தபாவை 1960 மார்ச் மாதம் நடைபெற்ற பொதுத் தேர்தலில் நிந்தவூர் தொகுதியில் தோற்கடித்து சுவீற் மஜீத் வெற்றி பெற்றார். அதே ஆண்டு நடைபெற்ற ஜூலை பொதுத் தேர்தலிலும் சுயேச்சையாகப் போட்டியிட்டு வெற்றி பெற்றார். 1956 தேர்தலில் பொத்துவில் தொகுதியில் சுவீற் மஜீதின் தேர்தல் பிரச்சாரக் கூட்டங்களில் அவரை ஆதரித்துப் பேசிய ஒரே தமிழர் எஸ். பொன்னுத்துரைதான் என்பது குறிப்பிடத்தக்கது.[10]

எம்.எம். முஸ்தபா

நிந்தவூரைச் சேர்ந்தவர். சமஷ்டி கட்சி சார்பில் 1956இல் பொத்துவில் தொகுதியில் போட்டிக்கு நின்று வெற்றி பெற்றார். முஸ்தபா இந்த வெற்றியின் பின்னரான மூன்றாவது வருடத்தில் துணை நிதியமைச்சராகவும் நிதியமைச்சராகவும் பதவி வகித் தார். இலங்கையில் சிறுபான்மையினரில் முதலாவதாக உயர்ந்த முஸ்லிம் நிதியமைச்சர் அவரே. நிதியமைச்சர் என்ற வகையில் தான் கையொப்பமிட்ட புதிய ஐந்து ரூபா நாணயத் தாளையும் வெளியிட்டார்.[11]

எஸ்பொ வின் முதல் முழக்கம் நாடகம் பற்றியும் கொஞ்சம் பேச வேண்டியுள்ளது.

எஸ்.பொவின் மத்திய கல்லூரிக் காலத்தில் அரங்கேறிய 'முதல் முழக்கம்' என்ற நாடகம் மட்டக்களப்பின் நவீன நாடக வரலாற்றில் புதிதுகள் செய்து சாதனை படைத்தது. மட்டக்களப்பில் இரு தடவைகளும் மூன்றாவது தடவையாக கல்முனையிலும் அந்நாடகம் மேடையேறியது. கலை இலக்கிய ஊழியத்தில் வாழும் கல்முனை இளைஞர்களிடையே இந்நாடகம் புதிய உத்வேகம் பெற 'சேலைன்' பாய்ச்சியது.

''மட்டக்களப்பு மத்திய கல்லூரியின் பழைய மாணவரான எம்.எம். முஸ்தபா கல்முனைக்கு வந்த முதல் முழக்கம் நாடகக் குழுவினருக்கு இரவு விருந்து தந்து கௌரவித்தார். துணை நிதியமைச்சரின் அந்த ஏற்பாடு மகிழ்வு தந்தது. எம்.எம்.முஸ்தபா அவர்களுக்கு எதிராக தேர்தல் பிரச்சாரங்களில் நான் ஈடுபட்டவன் என்பதைப் புறந்தள்ளி மத்திய கல்லூரியிலும் மாவட்டத்திலும் நான் இயற்றிவரும் கலை இலக்கியத் தொண்டினை தனிப்பட்ட முறையில் மட்டுமல்ல மேடையிலும் பாராட்டினார்''.(12)

எம்.ஏ.அப்துல் மஜீத்

பீ.ஏ.மஜீத் என மக்களால் அழைக்கப்பட்டவர் எம்.ஏ.அப்துல் மஜீத். இவர் சம்மாந்துறையைச் சேர்ந்தவர். இப்பிரதேசம் 1977ம் ஆண்டு சம்மாந்துறை என தனித் தொகுதியானது.

1960ஆண்டு மார்ச் மாத தேர்தலில் மட்டக்களப்பு கம்யூனிஸ்ட் கட்சிக் கிளை எடுத்த முடிவின்படி கட்சி என்றில்லாமல் ஒவ்வொரு தொகுதியிலும் போட்டியிடும் வேட்பாளரின் தனித் தகைமையை மட்டும் வைத்தே யாரை ஆதரிப்பது என்று தீர்மானிக்கப்படும் என்று முடிவாகியது.

அதன் பிரகாரம் பீ.ஏ.மஜீத் படித்தவர் என்றும் மக்களுடன் நெருங்கிப் பழகுபவர் என்றும் பொத்துவில் தொகுதியில் அவரை ஆதரிப்பதென்று முடிவாகியது. இவர் மட்டக்களப்பில் சிவாநந்தா வித்தியாலயத்தில் கல்வி கற்றவர் என்ற காரணத்தினால் அவருடன்

கல்வி கற்ற மட்டக்களப்புத் தமிழர்களின் ஆதரவு இந்த முடிவின் பின்னால் இருப்பதற்கும் வாய்ப்புண்டு. இக்காலங்களில் அவர் ஏற்பாடு செய்த கூட்டங்களில் கொல்வின். ஆர்.டி.சில்வா, பீட்டர் கெனமன் ஆகியோர் வருகை தந்து உரையாற்றினர். அவ்வுரை களை பொன்னுத்துரையே மொழி பெயர்ப்புச் செய்தார். 1960 -1994 வரை இவர் பாராளுமன்ற உறுப்பினராக இருந்தார்.

மற்றொருவர் **ஏ.எச்.எம். அஸ்வர் ஆவார்.** இவர் இளம்பிறை ரஹ்மானின் 'தாஜ்மகால் நிழலில்' என்ற வானொலி நாடகத்தில் நடித்ததன் மூலம் எஸ்பொவுக்கு அறிமுகமானவர். மும்மொழி களிலும் வித்துவம் உடையவர். பின்னாளில் பாராளுமன்ற உறுப் பினராகவும் அமைச்சராகவும் பதவி வகித்தவர். இவர்பற்றி எஸ்பொ பின்வருமாறு குறிப்பிட்டுள்ளார்.

"இவர் அக்காலத்தில் நண்பராக இருந்த போதிலும் பிற்காலத் தில் அமைச்சர் எம்.எச். முகம்மதுடன் சேர்ந்து யூ.என்.பி அரசியல் பேசியதினால் என்னுடன் முரண்பட்டு நின்றார். மோதிக் கொண் டோம்."(13)

இன்னுமொருவர் **இசட்.எம்.மசூர் மௌலானா.** மருதமுனை யைச் சேர்ந்தவர். இளம் வயதிலேயே தமிழரசுக் கட்சி அரசியலில் இணைந்தவர். இக்கட்சி 1960களின் ஆரம்பத்தில் முன்னெடுத்த சத்தியாக்கிரகப் போராட்டங்களில் கலந்து கொண்டவர். அதன் காரணமாக பனாகொட இராணுவ முகாமில் தடுப்புக் காவலில் இருந்தார். சொற்ப காலம் செனட்டராகவும் இருந்தவர். பின்னாளில் ஐ.தே.க யுடன் தன்னைப் பிணைத்துக் கொண்டார்.

இவர் பற்றிய போதிய அறிமுகம் எஸ்.பொவுக்கு இருந்த போதிலும் தன்னால் ஊழல்வாதி என்று உறுதியாக விசுவாசி க்கப்பட்ட பாராளுமன்ற உறுப்பினர் செ. இராசதுரையின் நெருங் கிய சகா என்ற காரணத்தினால் இவருடன் தொடர்பு பேண தான் விரும்பவில்லை என்று அவர் குறிப்பிட்டுள்ளார்.(14)

மேலுமொருவர் **எம்.ஏ.சி.ஏ.ரஹ்மான்.** ஏறாவூரைச் சேர்ந்த வர். செல்வச் செழிப்புள்ள போடியார் குடும்பம். தமிழிலும் ஆங்கிலத்திலும் புலமை கொண்டவர். வந்தாறுமூலை மத்திய

கல்லூரியில் பொன்னுத்துரையுடன் சமகால ஆசிரியர். அக்காலத்தில் இடம்பெற்ற காப்பியப் பெருவிழாவுக்கு நிதி சேகரிக்கும் அதிபரின் பணிக்கு ஒத்தாசையாக இருந்தவர்.

ஸ்ரீலங்கா சுதந்திரக் கட்சியில் செல்வாக்கு மிக்க உறுப்பினராக மதிக்கப்பட்டார். ஏறாவூர் பட்டினசபையில் தவிசாளராக இருந்தார். இரண்டு தடவைகள் மட்டக்களப்பு தொகுதியில் பாராளு மன்றத் தேர்தலில் போட்டியிட்டவர்.

வந்தாறுமூலை மத்திய கல்லூரிக்கு அதிபராக விருப்பமா என்று ரஹ்மான் ஒரு சந்தர்ப்பத்தில் பொன்னுத்துரையைக் கேட்டபோது, அவர் அரசியல் பின்னணியில் அதிபராக வர விருப்பமில்லை என்பதை நாகரிகமாகத் தெரிவித்து விலகிக் கொண்டார்.

''எம்.ஏ.சி.ஏ. ரஹ்மானுடைய அன்பு காரணமாகத்தான் நான் பிற்காலத்தில் வாழைச்சேனை தமிழ் வித்தியாலயத்தில் அதிபராக முடிந்தது.'' என்று அவருக்கும் ரஹ்மானுக்கும் இடையிலான பிணைப்பை எஸ்பொ வெளிப்படுத்தினார்.[15]

பிறிதொருவர் **எம்.எஸ் காரியப்பர்.** முதலாவது பாரளுமன்றத் தேர்தலில் (1947) கல்முனைத் தொகுதியின் உறுப்பினராக இருந்தவர். நெடுங்காலம் கல்முனையைப் பிரதிநிதித்துவம் செய்தார்.

எம்.எஸ்.காரியப்பர் சமஷ்டிக் கட்சி வேட்பாளராக 1956 இல் கல்முனைத் தொகுதியில் போட்டியிட்டு வெற்றி பெற்று பின்னர் கட்சி மாறினார். அதனால் தமிழரசுக் கட்சி அவரை எப்போதும் துரோகியாகவே பார்த்தது. சுயேச்சையாகப் போட்டியிட்டு 1965 பொதுத் தேர்தலில் இவர் வெற்றி பெற்றார். எனினும் டட்லி சேனநாயகா தமிழரசுக் கட்சியினருடன் கூட்டுச் சேர்ந்து அமைத்த தேசிய அரசாங்க காலத்தில் 21.10.1965 இல் கொண்டுவரப்பட்ட குடியுரிமைத் தகுதியீனங்கள் விதித்தல் (விசேட ஏற்பாடுகள்) மசோதா மூலம் இவரின் குடியியல் உரிமை பாராளுமன்றத்தால் பறிக்கப்பட்டது.[16] எம்.எஸ். காரியப்பரின் அரசியல் முடிவுக்கு வந்தது.

பொன்னுத்துரையின் உறவினரான வ.நல்லையா (காரியப்பருடன் சமகாலத்தில் கல்குடா தொகுதியை பிரதிநிதித்துவம்

செய்தவர்) இருந்தும் கல்முனைத் தொகுதியை சேர்ந்த கவிஞர் நீலாவணன் போன்றவர்களிடமிருந்தும் பெற்ற தகவல்களின் அடிப்படையில் எம்.எஸ். காரியப்பர் தமிழர்களுக்கு எதிரானவர் என்ற அபிப்பிராயமே எஸ்.பொன்னுத்துரையிடம் காணப்பட்டது. அதுபற்றிய குறிப்புகளும் உள்ளன.

முஸ்லிம் அரசியல்வாதிகளுடன் எஸ்பொ பயின்ற தொடர்பின் சிறு வர்த்தமானமே இது. அவரது அரசியல் செயற்பாட்டில் இன, மத பேதமற ஒளிவு மறைவின்றி அவர் வாழ்ந்தார் என்பதை மேலுள்ள பந்திகள் சுட்டி நிற்கின்றன.

தான் சுவீகரித்து வாழ்ந்த இடதுசாரிக் கோட்பாடுகளுக்காகவோ ஆதரிக்கும் அரசியல் கூட்டணியின் கொள்கைகளுக்காகவோ அல்லது முஸ்லிம் அரசியல்வாதிகளிடமிருந்து எதையாவது பெற்றுக்கொள்ள வேண்டுமென்பதற்காகவோ அல்லாமல் முஸ்லிம் அரசியல்வாதிகளுடன் நட்பினை மட்டும் நேசித்து மகிழ்ந்தார். கூர்ந்து நோக்கினால் தன்னுடைய கொள்கைகளை விட்டுக் கொடுக்காமல் நடந்து கொண்டார் என்பதையும் தெளிந்து கொள்ள முடியும். 1977ஆம் ஆண்டுக்குப் பின்னரான எந்தவொரு அரசியல் நடவடிக்கைகளிலும் பொன்னுத்துரை பங்குபற்றவில்லை.

அடிக்குறிப்பு

1. ஜெமீல்.எஸ்.எச்.எம். கலாநிதி பதியுத்தீன் மஹ்மூதின் கல்விப் பணிகள் பக்10
2. எஸ்பொ இஸ்லாமும் தமிழும் பக் 131
3. எஸ்.பொ வரலாற்றில் வாழ்தல் பக் 1365
4. மேற்படி பக் 843
5. எஸ்பொ இஸ்லாமும் தமிழும் பக் 133
6. மேற்படி பக் 60
7. மேற்படி பக் 135
8. எஸ்.பொ வரலாற்றில் வாழ்தல் பக் 1362
9. மேற்படி பக் 1406
10. எஸ்பொ இஸ்லாமும் தமிழும் பக் 130

11. ஜெமீல். எஸ்.எச்.எம். இலங்கைப் பாராளுமன்றத்தில் முஸ்லிம்கள் பக் 55
12. எஸ்.பொ வரலாற்றில் வாழ்தல் பக் 645
13. எஸ்.பொ வரலாற்றில் வாழ்தல் பக் 996
14. மேற்படி பக் 1012
15. மேற்படி பக் 926
16. ஜெமீல். எஸ்.எச்.எம். இலங்கைப் பாராளுமன்றத்தில் முஸ்லிம்கள் பக் 65

அத்தியாயம் 17

உறைப்பும் முடிப்பும்

எஸ்.பொன்னுத்துரை அவர்கள் பரந்த அறிவு வீச்சும் வரலாறு, அரசியல், இலக்கியம் என்று தெளிவான பார்வையும் வாய்க்கப் பெற்றவர். சரியெனப்பட்டதை விரலாலும் குரலாலும் அஞ்சாமல் வெளியிடும் நெஞ்சுரம் கொண்டவர். முஸ்லிம்கள் தொடர் பிலான அவரின் கருத்தியல்கள் சிலவற்றை வெளிக்கொண்டுவர இவ்வத்தியாயம் எத்தனிக்கின்றது.

முஸ்லிம்கள் தனி இனம்

இலங்கையின் அரசியல் திட்ட வரலாற்றில் கோல்புறூக் ஆணைக்குழுவின் சிபார்சின்பேரில் 1833 இல் இனங்களுக்கான அரசியல் பிரதிநிதித்துவ நியமனம் முதன்முதலாக அறிமுகமாகி யது. 1889 வரை இந்நியமனங்களில் முஸ்லிம் பிரதிநிதிகள் எவரும் நியமிக்கப்படவில்லை. முஸ்லிம்களை ஒரு தனி இனமாக அங்கீ கரிக்கத் தேவையில்லை என்றும் தமிழ்மொழி பேசுவதால் அவர் கள் தமிழர்களே என்றும் ஆங்கில அரசினருக்கு வாழிபாடிய தமிழர்கள் சிலர் வாதாடினர். சேர்.பொன்னம்பலம் இராமநாதன் சட்டவாக்க சபையில்(1885) ஆற்றிய உரையிலும் அரச ஆசியக் கழகத்தின் இலங்கைக் கிளைக் கூட்டத்தில் (1888) சமர்ப்பித்த கட்டுரையிலும் முஸ்லிம்கள் இனத்தால் தமிழர்கள் என்றே குறிப்பிட்டார். அவரைத் தொடர்ந்த தமிழ்த் தலைமைகளும் இதே கருத்திலேயே பயணித்தனர். இதன் பின்னணியில் அவர்களின்

அரசியலும் ஆதாயமும் இருந்தன. தமிழ்நாட்டிலும் இக்கருத்தினை விதைத்தனர்.

தமிழ்நாட்டிலிருந்து வெளிவரும் 'ராணி' சஞ்சிகை (1987) இலங்கையில் வாழும் அத்தனை முஸ்லிம்களும் தமிழர்களே என்று எழுதியது. 2004 இல் இலங்கைக்கு வருகை தந்த பேராசிரியை பர்வீன் சுல்தானா, முஸ்லிம் லீக் பிரமுகர் சேக் தாவூத் போன்றோர் இந்தக் கருத்திலேயே நின்றனர்.[1]

முஸ்லிம் சமூகத்தின் அடையாள இருப்புக்கு எதிரான மேற்படி கருத்துக்களில் இருந்து எஸ்.பொன்னுத்துரை வேறுபட்டு நிற்கிறார். இலங்கையின் அரசியல் களநிலவரம் காரணமாக முஸ்லிம்களைத் தனி இனமாகக் கருதுதலே நியாயம் என்று வாதாடுகிறார்.

"முஸ்லிம்களினுடைய தனித்துவம் என்கிற அடையாளம் மதம் சார்ந்து பெறப்படுகின்றது என்பது உண்மை. இதனை நான் அழுத்திச் சொல்வதற்குக் காரணம் இருக்கிறது. முஸ்லிம்கள் மொழி சார்ந்த அடையாளத்தினை என்றும் முதன்மைப்படுத்துவதில்லை. அவர்கள் இஸ்லாத்தை ஏற்றுக்கொள்ளும்போது அறபு மொழியின் மேன்மையினையும் புனிதத்தையும் ஏற்றுக் கொள்கிறார்கள். எனவே நாடு சார்ந்தும் மொழி சார்ந்தும் இனம் சார்ந்தும் கோரப்படும் அடையாளங்களிலும் பார்க்க மதம் சார்ந்த அடையாளத்தையே முதன்மைப்படுத்துகிறார்கள் என்பது அங்கீகரிக்கப்பட்ட உண்மை. எனவே மொழிசார்ந்த அடையாளங்களை அடிப்படையாகக் கொண்ட நாடுகளிலே முஸ்லிம்கள் அறபு மொழியின் வழிபாடு காரணமாக தனி இனமாகக் கருதப்படுதல் மகா நியாயமானது".[2]

கண்டிக் கலவரம்

இலங்கையின் முதலாவது இனக்கலவரம் கண்டியில் இடம் பெற்றது. இது 1915 மே மாதத்தில் மலைநாட்டுப் பிரதேசத்தில் ஆரம்பமாகி நாடு தழுவிய அளவில் பரவி ஜூன் மாதம் வரை நீடித்தது.

இந்தக் கலவரம் தொடர்பில் சேர்.பொன்னம்பலம் இராமநாதன் பற்றி மீண்டும் பிரஸ்தாபிக்க வேண்டியுள்ளது.

அவர் எப்போதும் முஸ்லிம்களுக்கு எதிரான நிலைப்பாட்டை எடுத்தவர். நான்கு முக்கிய நிகழ்வுகள் இக்கூற்றினை நிறுவக் கூடியன.

அவற்றில் இரண்டு நிகழ்வுகள்- அதாவது சட்டவாக்க சபையில் (1885) அவர் ஆற்றிய உரை மற்றும் அரச ஆசியக் கழகத்தின் இலங்கைக் கிளைக் கூட்டத்தில்(1888) சமர்ப்பித்த கட்டுரை பற்றி இக்கட்டுரையின் ஆரம்பப் பந்தியில் பதிவுசெய்யப்பட்டுள்ளன.

மூன்றாவது நிகழ்வு துருக்கித் தொப்பி போராட்டத்துடன் இணைந்தது. 1905 இல் முஸ்லிம்கள் துருக்கித் தொப்பி அணிந்து நீதிமன்றம் வரக்கூடாது என்று தடை வந்தபோது இலங்கை முஸ்லிம்கள் எல்லோரும் எதிர்த்தவேளையில் சேர். பொன் இராமநாதன் தடையை ஆதரித்தார்.[3]

நான்காவது சம்பவம் கண்டிக் கலவரம் ஆகும். குறிப்பிட்ட கலவரத்தின்போது கைது செய்யப்பட்ட சிங்களத் தலைவர்களை விடுவிப்பதற்காக தனது 64 வது வயதில் இலண்டன் மாநகரம் சென்று வாதாடி விடுதலை பெற்றுக் கொடுத்தவர்.

இந்த நிலைப்பாடு தொடர்பாக எஸ்.பொ பின்வருமாறு பதிவு செய்துள்ளார்.

"1915ம் ஆண்டில் சிங்களவர்களுக்கும் முஸ்லிம்களுக்குமிடையில் கம்பளை கண்டி ஆகிய பிரதேசங்களில் எழுந்த இனக் கலவரத்தின்போது சேர்.பொன்னம்பலம் இராமநாதன் என்ற தமிழர் தலைவர் சிங்களவரை ஆதரித்தார். அவர் எடுத்த நிலைப்பாடு முஸ்லிம்களுக்கு எதிராகத் தமிழர் எடுத்த பாதக நிலைப்பாடாகவே வரலாறு விளங்கிக் கொண்டுள்ளது. இதற்காகத் தமிழினம் முஸ்லிம் மக்களிடம் மன்னிப்புக் கோரி இருக்க வேண்டும்."[4]

வடமாகாண முஸ்லிம்களின் வெளியேற்றம்

வடபகுதியிலிருந்து விடுதலைப் புலிகளினால் முஸ்லிம்கள் 1990இல் வெளியேற்றப்பட்டார்கள். யாழ்ப்பாணம் பகுதியிலிருந்து அவர்கள் வெளியேற்றப்பட்ட நிகழ்வுகள் முன்னரும் இடம்பெற்றுள்ளன.

போர்த்துக்கேயரின் ஆட்சிக் காலத்தில் யாழ்ப்பாணம் சின்னக் கடைப் பகுதியில் சீவியம் நடத்திய முஸ்லிம்கள் அங்கிருந்து வெளியேற்றப்பட்டார்கள். வேறொரு சந்தர்ப்பத்தில் தென்மிருசுவில் பகுதியிலிருந்து பலவந்தமாக அகற்றப்பட்டார்கள். ஒல்லாந்தர் ஆட்சிக் காலத்தில் நல்லூர் கோயில் புனரமைக்கப்பட்ட வேளையிலும் கலைக்கப்பட்டார்கள். ஆனால் பெரும் எண்ணிக்கையில் ஒரே தடவையில் இனச்சுத்திகரிப்பு இடம் பெற்றது இதுவே முதல் தடவையாகும்.

எந்தவொரு முன்னறிவிப்போ கால இடைவெளியோ கொடுக்கவில்லை. சாவகச்சேரியில் தொடங்கி இருவாரங்களுக்குள் மக்களைச் சுமந்த மண் ஒவ்வொரு பிரதேசமாக வெறிச்சோடியது. யாழ் மக்கள் இறுதியாக வெறுங்கையோடு 30.10.1990 இல் அகதிகளாக இடம்பெயர்ந்தார்கள்.

என்ன காரணமோ தமிழ் மக்கள் பலரும் அக்கால கட்டத்தில் யாழ் வெளியேற்றம் தொடர்பில் பெரிதாக வாய் திறந்து பேசவில்லை. அநுதாபப்பட்ட சிலரும் அமைதி காத்தார்கள்.

எஸ்பொ இது பற்றி தனது கருத்தை மிகவும் தெளிவாக பின்வருமாறு எழுத்தாக்கியுள்ளார்.

''பெருந்தொகையான மக்கள் கூட்டம் ஒரே சமயத்தில் இவ்வாறு வேருடன் பிடுங்கி எறியப்பட்டமை மாபெரும் துயர நிகழ்வாகும். ஒரு சிலரின் செயலுக்காக முழு இனமும் தண்டிக்கப்பட்டதை எவ்வகையிலும் நியாயப்படுத்த முடியாது. காத்தான்குடியில் இப்படி நடந்தது. ஏறாவூரில் அப்படி நடந்தது என்கிற தர்க்கம் இந்தப் பாரிய மனித துன்பத்தினை நியாயப்படுத்த மாட்டாது.''(5)

இஸ்லாமிய தமிழ் இலக்கியம்

இஸ்லாமிய அடிப்படையில் எழுந்த சிறந்த தமிழ்க் காப்பியம் சீறாப்புராணம் ஆகும். உமறுப்புலவரினால் இயற்றப்பட்ட இக் காப்பியம் 5027 பாடல்களைக் கொண்டது. 1665 இல் அரங்கேற்றம் பெற்றது. சீறாப்புராணம் மட்டுமே முஸ்லிம்களின் செந்தமிழ் இலக்கியம் என்று பயிலப்பட்டு வந்த தேற்றம் பின்வந்த காலங்களில் மாற்றம் பெறுகிறது.

தமிழ் இலக்கிய அகராதி ஒன்றினை ந.சி.கந்தையாபிள்ளை அவர்கள் 1952 இல் வெளியிட்டுள்ளார். முகைதீன் கற்புடையார் இயற்றி 1819 இல் யாழ்ப்பாணத்தில் வெளியான யானைக் காதல் உட்பட 95 நூல்களின் பெயர்கள் அதில் உள்ளன.[6]

இஸ்லாமியத் தமிழ் இலக்கியத் தேடலின் கொடுமுடியாகக் கொள்ளப்படுபவர் பேராசிரியர் உவைஸ் அவர்கள். இஸ்லாமியத் தமிழ் இலக்கிய வித்தியாரம்பத்தை விபுலாநந்த அடிகளாரிடம் பெற்றுக் கொண்ட அவர் தொடர்ந்து பேராசிரியர் சு.வித்தியானந்தனின் ஆலோசனையின் பேரிலும் பேராசிரியர் கணபதிப்பிள்ளையின் மேற்பார்வையிலும் முதுமானிப் பட்டம் பெற்றார். இஸ்லாமியத் தமிழ் இலக்கியத்தை தேடி அலைந்தார். 1953 இல் அவர் வெளியிட்ட தமிழ் இலக்கியத்துக்கு முஸ்லிம்களின் பங்களிப்பு என்ற நூல் பலராலும் ஏற்கப்பட்டு பாராட்டுப் பெற்றது.

இஸ்லாமியத் தமிழ் இலக்கியத்தில் ஆகக் குறைந்தது இருபத்தொரு காப்பியங்கள் உள்ளதாக ஆதாரபூர்வமாக அறிக்கையிட்டார்.[7]

இரண்டாயிரத்துக்கு மேற்பட்ட படைப்பு முயற்சிகள் பற்றிய தகவல்கள் இஸ்லாமிய தமிழ் இலக்கியத் தளத்துக்குள் வந்து சேர பேரா.உவைஸ் காரணமாக அமைந்தார்.

எஸ்.பொன்னுத்துரை அவர்கள் 'இஸ்லாமும் தமிழும்' என்ற அவரது நூலில் (பக்18) இஸ்லாமியத் தமிழ் இலக்கிய நூல்கள் பற்றி பின்வரும் தகவல்களைத் தெரிவித்துள்ளார்.

வண்ணப்பரிமளப் புலவரின் 'ஆயிரம் மசாலாவென்று வழங்கும் அதிஜய புராணம்' (1580), புதுப்படை வித்துவசிரோமணி ஆலிப் புலவர் இயற்றிய 'மிஃறாஜ் மாலை'(1598), ஜமால்தீன் புலவர் எழுதிய 'நம்பிக்கையின் கிளைகள்' (1599), கனக கவிராயர் பாடிய 'கனகாம்பிஷேக மாலை' (1658), பீர் முகம்மது நாயகம் தந்த 'திருநெறி நீதம்'(1622), ஸாம் ஷிஹாபுத்தீன் எழுதிய 'பெரிய ஹதீது மாலை', உமறுப் புலவரின் 'சீறாப்புராணம்' (1665) ஆகிய நூல்களை கால ஒழுங்கில் குறிப்பிட்டுள்ளார்.

மேற்படி தகவல்களின் நீட்சிதான் கீழுள்ள அவரின் எழுத்து வரிகள்..

"இங்கே சுட்டப்படும் காலப்பரப்பில் இஸ்லாமியப் புலவர்கள் இயற்றிய தமிழ் இலக்கியப் பணிக்கு ஈடுசோடான தமிழ்ப் பணியை சைவம், வைணவம் ஆகிய மதங்கள் சார்ந்த புலவர்கள் இயற்றவில்லை.''[8]

முஸ்லிம்கள் தமிழ் இலக்கியத்துக்கு ஆற்றிய பணிகளை வெளிச்சம் போட்டுக் காட்டுகின்றது அவரின் வரிகள்.

சோழர் ஆட்சியில் முஸ்லிம்கள்

ஒன்பதாம் நூற்றாண்டிலிருந்து பதின்மூன்றாம் நூற்றாண்டு வரை தமிழ்நாட்டை சோழர்கள் ஆண்டனர். இவர்களின் ஆட்சிக் காலத்தில் முஸ்லிம்கள் முக்கிய பதவிகளில் இருந்துள்ளனர்.

இராஜராஜ சோழன் காலத்தில் (985-1014) உயர் அலுவலராக சோனகன் சாவூர் என்பவர் கடமை பார்த்துள்ளார். இவருக்கு பரஞ்சோதி என்ற பட்டம் வழங்கப்பட்டதால் 'சோனகன் சாவூர் பரஞ்சோதி' என்றே அறியப்பட்டார்.[9]

முதலாம் இராஜேந்திர சோழன் காலத்தில் (1012-1044) சோனகன் சாவூர் பரஞ்சோதி உயர்தர அதிகாரியாகவும் திருமந்திர ஓலை நாயகமாகவும் பணி புரிந்துள்ளார். இவை இரண்டும் பெரும் பதவிகளாகும். இராஜேந்திர சோழனால் 'இராஜேந்திர சோழக் கந்தருவப் பேரரையன்' என்ற பட்டம் இவருக்கு வழங்கப் பட்டது.[10]

முதலாம் இராஜேந்திர சோழன் காலத்தில் எழுதப்பட்ட ஆனை மங்கலம் செப்பேட்டில் 'மத்தியஸ்தன் துருக்கன் அகமுதனேன் எழுதினேன்' என்ற குறிப்பு காணப்படுகின்றது[11] 'ஆனைமங்கலம் செப்பேட்டில் துருக்கன் அகமது' என்ற தலைப்பில் இப்பந்தியை புலவர் அரசு எழுதியுள்ளார்.

மேலுள்ள குறிப்புகளைத் தந்த புலவர் செ.இராசு எம்.ஏ.பி.எச்.டி (ஈரோடு) என்பவர் வேறொரு தகவலும் தருகிறார்.

''எசாயம் செப்பேட்டில் 'சோனகன் சாவூர் பரங்சோதி ஆன' என்று எழுதப்பட்டுள்ளது. இதனை சோனகன் எனப் படித்து இஸ்லாமியர் என்று சரியாகப் பலர் எழுதியிருந்த நிலையில் முன்னாள் தொல்லியலாளர்கள் சிலர் 'சோழகன்' என்றும் 'சோழகோன்' என்றும் பிழையாகப் படித்துள்ளனர். சோனகன் என்று தெளிவாக உள்ளது'' எனத் தெரிவித்துள்ளார்.[12]

சோழர் காலத்தில் முஸ்லிம்கள் உயர்பதவி பெற்று பெருமை யோடு வாழ்ந்துள்ளனர் என்ற தகவலை துடக்கு மனப்பான்மை யோடு பார்த்தவர்கள் பலர். புலவர் இராசு குறிப்பிட்ட முன்னாள் தொல்லியலாளர்களும் அவர்களுள் அடங்குவர். இவர்களிலிருந்து வேறுபட்டு சத்தியம் பேணும் ஒருவராக எஸ்.பொ நிமிர்கிறார்.

இலங்கைத் தமிழ் முஸ்லிம் மக்களுக்கு இன்னமும் பிடிபடாத சோழர் காலத்து முஸ்லிம்கள் தொடர்பான உண்மைகள் சில வற்றை பிரசித்தப்படுத்துதல் தன் கடமை என்று கூறி எஸ். பொன்னுத்துரை வெளிப்படுத்திய கருத்தியலின் சாரம் இது.

மொகலாய ஆட்சிக் காலத்திற்கு முன்பாகவே தமிழ்நாட்டிற் குள் இஸ்லாமியர்கள் வாழ்ந்துள்ளனர் என்பதை சோழர் தொடர்பு கள் எண்பிக்கின்றன. சோழர்கள் ஆட்சி தமிழ்நாட்டில் இருந்த போது இஸ்லாமியர்கள் ஐவேளைத் தொழுகை நிறைவேற்று பவர்கள் என்பதால் அஞ்சு வண்ணத்தார் என்று அழைக்கப் பட்டார்களாம். சோழர்கள் வெளிச்சம் பெற்ற பத்தாம் நூற்றாண் டில் முஸ்லிம்கள் பல உயர் பதவிகளை வகித்தார்கள். அகமது என்பவன் சோழர் படையில் பல வீரர்களுக்குத் தலைமை வகித்தான்.[13]

சோழர் ஆட்சியில் முஸ்லிம்கள் சீரோடும் சிறப்போடும் உயர்பதவிகளை வகித்து வாழ்ந்துள்ளமைக்கு கல்வெட்டுகளும் செப்பேடுகளும் சாட்சி சொல்வதுபோல எஸ்.பொவின் எழுத்து களும் வாக்குமூலம் தருகின்றன.

மேலே கண்டது முஸ்லிம்கள் தொடர்பில் எழுதியும் பேசியும் வந்த எஸ்பொவின் கருத்தியல்கள் சில.

முஸ்லிம் - தமிழ் உறவை வளர்ப்பதற்கு உதவும் என்ற நோக்கி லும் தவறான கருத்துகள் நேர்செய்யப்பட வேண்டும் என்ற போக்கிலும் கருக் கொண்டதே இந்த அத்தியாயமாகும்.

முடிப்பு

எழுத்து விஞ்ஞானி எஸ்.பொன்னுத்துரையின் வாழ்வியலில் முஸ்லிம்கள் தொடர்பிலான தொகுப்பின் ஒரு பகுதி இது. முஸ் லிம்கள்மீது அவரும், அவர்மீது முஸ்லிம்களும் கொண்டிருந்த உறவின் பரிமாணத்தை ஒவ்வொரு அத்தியாயங்களும் பேசு கின்றன.

அவர் முஸ்லிம்களின் விசுவாச மித்திரன்.

இந்நூல் இனங்களுக்கும் மதங்களுக்கும் இடையே நல்லுற வைப் பேண உதவும் என்ற விசுவாசிப்பின் வேரிலேதான் விளைந்தது. அவரின் மறைவிற்குப் பின்னாலும் அவரின் முஸ்லிம் காண்டம் பேசப்பட வேண்டும்.

இன்னுமொன்று.

இந்நூலின் பக்கங்களில் பலரின் பெயர்கள் பிரஸ்தாபிக்கப் பட்டுள்ளன. அவர்களில் சிலர் உயிரோடு இல்லை. அவ்வாறு இல்லாதோரின் தனிப்பட்ட செயற்பாடுகள் எதுவும் இங்கு விமர் சிக்கப்படவில்லை. ஆனால் பொதுவெளியில் அவர்களின் எழுத் தும் கருத்தும் பற்றி எதிர்வினையாற்றுதல் தீண்டத் தகாத விடயம் அல்ல என்ற தேற்றம் பின்பற்றப்பட்டுள்ளது.

பிறிதொரு விடயம்.

இந்நூலில் வந்து சேர்ந்த வஸ்துகளுக்கும் அப்பால் முஸ்லிம் களோடு தொடர்புபட்ட இன்னும் பல புதிய தகவல்களும் சமாச் சாரங்களும் எஸ்.பொவின் வாழ்வில் நிகழ்ந்திருக்கவும் வாய்ப் புண்டு. அவை இன்னமொரு காண்டமாக எழுந்து வரட்டும் என்ற எதிர்பார்ப்போடு இந்நூலின் அத்தியாயங்கள் நிறைவு பெறுகின்றன.

அடிக்குறிப்புகள்:

1. நூறுல்ஹக் எம்.எம்.எம். முஸ்லிம் அரசியலின் இயலாமை பக் 13
2. எஸ்பொ வரலாற்றில் வாழ்தல் பக் 1263
3. சரவணன். என். 1915 கண்டி கலவரம் பக் 225
4. எஸ்.பொ வரலாற்றில் வாழ்தல் பக் 1256
5. மேற்படி பக் 1257
6. எஸ்பொ இஸ்லாமும் தமிழும் பக் 23
7. ஜெமீல்.எஸ்எச்.எம். 'பேராசிரியர் அல்ஹாஜ் ம.முகம்மது உவைஸ் மணிவிழா மலர்' கட்டுரை : கவிக்கோ அப்துல் ரஹ்மான். பக் 166
8. எஸ்பொ இஸ்லாமும் தமிழும் பக் 19
9. புலவர் இராசு.செ.தமிழக இஸ்லாமிய வரலாற்று ஆவணங்கள் பக் 56
10. மேற்படி பக்56
11. மேற்படி பக் 57
12. மேற்படி பக் 56
13. எஸ்.பொ வரலாற்றில் வாழ்தல் பக்1262

உசாத்துணை

நூல்கள்

- தர்மகுலசிங்கம்.த. (2001) தேடல் சில உண்மைகள். மித்ர ஆர்ட்ஸ் & கிரியேஷன்ஸ், சென்னை
- எஸ்பொ. (2003) நனவிடை தோய்தல், மித்ர ஆர்ட்ஸ் & கிரியேஷன்ஸ், சென்னை
- எஸ்பொ (2002) இஸ்லாமும் தமிழும், மித்ர ஆர்ட்ஸ் & கிரியேஷன்ஸ், சென்னை
- எஸ்பொ (2003) வரலாற்றில் வாழ்தல், மித்ர ஆர்ட்ஸ் & கிரியேஷன்ஸ், சென்னை
- எஸ்.பொ (2008) நீலாவணன்: எஸ்பொ நினைவுகள், மித்ர ஆர்ட்ஸ் & கிரியேஷன்ஸ், சென்னை
- பீர் முகம்மது .ஏ. (2013) விபுலாநந்த அடிகளும் முஸ்லிம்களும் குமரன் புத்தக இல்லம், கொழும்பு
- சிவசுப்பிரமணியம்.வ. விபுலாநந்த தரிசனம்
- ஜெமீல்.எஸ்.எச்.எம்.(2012) இலங்கைப் பாராளுமன்றத்தில் முஸ்லிம்கள், குமரன் அச்சகம், கொழும்பு
- இக்பால். ஏ. (1996) 'இலக்கிய ஊற்று', பேசும் பேனா வெளியீடு கொழும்பு
- ஜெமீல்.எஸ்.எச்.எம். (1997) கலாநிதி பதியுத்தீன் மகுமூதின் கல்விப் பணிகள், இஸ்லாமிய நூல் வெளியீட்டுப் பணியகம் சாய்ந்தமருது
- முனைவர் சசிகலா .ப. (2011) எஸ்.பொ சிறுகதைகள் ஒரு மதிப்பீடு மித்ர ஆர்ட்ஸ் & கிரியேஷன்ஸ், சென்னை.
- எஸ்பொ.(2007) தீதும் நன்றும் பிறர்தர வாரா, மித்ர & ஆர்ட்ஸ் கிரியேஷன்ஸ், சென்னை
- நூறுல் ஹக் எம்.எம்.எம்.(2016) முஸ்லிம் அரசியலின் இயலாமை நூர் பிரிண்டர்ஸ், கல்முனை
- சரவணன். என்.(2017) 1915 கண்டி கலவரம், புக்வின் பப்ளிசேர்ஸ் கந்தானை, இலங்கை

- ஜெமீல்.எஸ்எச்.எம்.(1994) 'பேராசிரியர் அல்ஹாஜ் ம.முகம்மது உவைஸ் மணிவிழா மலர்' கட்டுரை : கவிக்கோ அப்துல் ரஹ்மான். முஸ்லிம் சமய கலாசார இராஜாங்க அமைச்சர் அலுவலகம், இலங்கை
- புலவர் இராசு.செ.(2007) தமிழக இஸ்லாமிய வரலாற்று ஆவணங்கள், கே.கே.எஸ்.கே. கல்வி அறக்கட்டளை, ஈரோடு, சென்னை
- இளம்பிறை ரஹ்மான் எம்.ஏ (2013) சிறுகை நீட்டி, இளம்பிறை பதிப்பகம் சென்னை.
- இராசரத்தினம். வ.அ (1995) இலக்கிய நினைவுகள், அன்பர் வெளியீடு, திருகோணமலை
- மருதூர் ஏ. மஜீத் (1990) 'மறக்க முடியாத என் இலக்கிய நினைவுகள்' இஸ்லாமிய நூல்வெளியீட்டுப் பணியகம், சாய்ந்த மருது, இலங்கை.

சஞ்சிகைகள்

- இளம்பிறை (1964) அரச வெளியீடு. கொழும்பு.
- கோபாலகிருஸ்ணன். த. (செங்கதிரோன்) செங்கதிர் ஜூன் 2012

ஆசிரியரின் பிற நூல்கள்

1. கருதுகோள் (பாடநூல் - அளவையியலும் விஞ்ஞானமும்)
2. அநுபவம் பெறுவோம் (பாடநூல் ஆரம்பப் பிரிவு)
3. கடல் ஒருநாள் எங்கள் ஊருக்குள் வந்தது. (சிறுவர் கவிதை)
4. அரசியல் வானில் அழகிய முழுநிலா (கவிதை - இணைப் பதிப்பாசிரியர்)
5. ஒரு கிராமத்துச் சிறுவனின் பயணம் (வாழ்வியல் - இணைத் தொகுப்பாசிரியர்)
6. விபுலாநந்த அடிகளும் முஸ்லிம்களும் (ஆய்வு)
7. திறன் நோக்கு (கட்டுரை)

ஒரு குறிப்பு

வரலாறு நிரந்தரமானது.

வரலாறு மாளாது. எத்தனை தடுப்புகள் இட்டாலும் மீண்டெழும்.

சிலர் வேண்டுமென்றே திரிக்கிறார்கள்.

சிலர் மெனக்கெடாமல் எழுதுகிறார்கள்.

இரண்டுமே தவறுதான்.

எஸ்பொ நினைவு நாளான 26.11.22 அன்று அவர் பற்றிய செய்திகள் முகநூலில் வந்தன. அதில் அவர் பிறந்த தேதியை தவறாக குறிப்பிட்டு அவருடன் மிக நெருங்கி வாழ்ந்த அவரது நண்பரே எழுதியுள்ளார். இந்நூல் அவர் வசம் இருந்திருப்பின் இத்தவறு நேர்ந்திருக்காது. எனவே வரலாற்றில் தவறுகள் நிரந்தரமாக இருத்தல் இயலாது.

வரலாறு நிரந்தரமானது. சாகாவரம் பெற்றது.
- இளம்பிறை ரஹ்மான்

Reprint –
December 2022

First Edition
November – 2021

Price in India
Rs. 150.00

Pages
140

மறு பதிப்பு -
டிசம்பர் 2022

முதற் பதிப்பு
நவம்பர் 2021

இந்தியா விலை
ரூபாய். 150.00

பக்கங்கள்
140

M.A.Rahman
New No.20 Abdullah Street
Choolaimedu Chennai 600 094
INDIA

Phone : 9840875419
9790719834
Email : ilampirairahman@gmail.com